ਵਹਿਸਤਨਾਮਾ

ਰੱਦੀ ਹੇਠੋਂ ਲੱਭੇ ਵਰਕੇ

ਪੰਕਜ ਮਿਸ਼ਰਾ

BlueRose ONE.com
Stories Matter
NewDelhi • London

BLUEROSE PUBLISHERS
India | U.K.

Copyright © Pankaj Mishra 2025

All rights reserved by author. No part of this publication may be reproduced, stored in a retrieval system or transmitted in any form or by any means, electronic, mechanical, photocopying, recording or otherwise, without the prior permission of the author. Although every precaution has been taken to verify the accuracy of the information contained herein, the publisher assumes no responsibility for any errors or omissions. No liability is assumed for damages that may result from the use of information contained within.

BlueRose Publishers takes no responsibility for any damages, losses, or liabilities that may arise from the use or misuse of the information, products, or services provided in this publication.

For permissions requests or inquiries regarding this publication, please contact:

BLUEROSE PUBLISHERS
www.BlueRoseONE.com
info@bluerosepublishers.com
+91 8882 898 898
+4407342408967

ISBN: 978-93-7018-072-7

Cover design: Pankaj Mishra
Typesetting: Tanya Raj Upadhyay

First Edition: May 2025

ਸਮਰਪਣ

ਅਪਣੇ ਜੀਵਣ ਦੇ ਚਾਨਣ ਮੁਨਾਰੇ, ਪਿਆਰੇ ਭਾਈ ਸਾਹਿਬ ਨੂੰ ਸਮਰਪਿਤ

ਕਿਤਾਬ ਅਤੇ ਲੇਖਕ ਬਾਬਤ

ਕੁਝ ਕਵਿਤਾਵਾਂ ਲਗਭਗ ਤੀਹ ਸਾਲ ਪਹਿਲੇ ਲਿਖੀਆਂ ਗਈਆਂ ਹਨ ਤੇ ਪੁਰਾਣੀ ਕਾਪੀਆਂ, ਕਿਤਾਬਾਂ ਅਤੇ ਡਾਇਰੀਆਂ ਵਿਚੋਂ ਮੁੜ ਲੱਭੀਆਂ ਗਈਆਂ ਹਨ। ਏਨਾ ਨੂੰ ਇਕੱਲੇਪਣ ਦੀ ਭਾਵਨਾ ਵਿਚ ਗੁਆਚੇ ਪਲਾਂ ਅੰਦਰ ਲਿਖਿਆ ਗਿਆ ਸੀ । ਕੁਝ ਪੁਰਾਣੀਆਂ ਕਵਿਤਾਵਾਂ ਤਿੱਖੀਆਂ ਹਨ ਤੇ ਕੁਝ ਨਵੀਆਂ ਨਰਮ ਹਨ। ਜੀਵਨ ਦੇ ਉਤਾਰ-ਚੜ੍ਹਾ ਨਾਲ ਮੇਲ ਖਾਂਦੀਆਂ। ਮਗਰ ਸਬ ਰਚਨਾਵਾਂ ਦੇ ਅੰਦਰ ਵਾਲਾ ਆਤਮਿਕ ਸਫ਼ਰ ਇੱਕੋ ਹੀ ਹੈ।

ਪੰਕਜ, ਅੰਮ੍ਰਿਤਸਰ ਅੰਦੂਰਨ ਸ਼ਹਿਰ ਦਾ ਜੰਮ ਪਲ ਹੈ। ਏਹਦੀ ਰਚਨਾਵਾਂ ਵਿਚ ਉਥੋਂ ਦੀ ਬੋਲੀ ਤੇ ਚਿੰਨ ਝਲਕਦੇ ਹਨ। ਵਿੱਦਿਅਕ ਮੁਹਾਰਤ ਵੱਜੋਂ Ph.D in Computer Science, ਰੋਜ਼ਗਾਰ ਵਜੋਂ ਅਧਿਆਪਨ ਦਾ ਕੰਮ ਕੀਤਾ। Computer Sc. ਦੇ ਤਰਕ ਅਤੇ ਤਕਨੀਕ ਦੇ ਨਾਲ ਨਾਲ ਕਲਾ ਪ੍ਰੇਮ ਦੇ ਸੁਮੇਲ ਨੇ ਲੇਖਕ ਨੂੰ ਦੁਨੀਆਂ ਜਾਚਣ ਦਾ ਇੱਕ ਨਵੇਕਲਾ ਨਜ਼ਰੀਆ ਬਖਸ਼ਿਆ।

Tehchnology ਵਿਚ ਅਧਿਆਪਨ ਅਤੇ research ਕਰਦਿਆਂ ਲੇਖਕ ਨੇ ਰਚਨਾਤਮਕ ਸਿਰਜਣਸ਼ੀਲਤਾ ਦਾ ਪ੍ਰਗਟਾਵਾ Bulb Fiction ਨਾਮ ਦੇ YouTube ਚੈਨਲ ਅਤੇ Bulb Fiction Club ਨਾਮਕ ਕਲਾਤਮਕ ਇੱਕਠ ਰਾਹੀਂ ਕੀਤਾ। ਏ ਦੋਵੇਂ platform ਕਲਾ ਦੇ ਪ੍ਰੇਮ ਅਤੇ ਪ੍ਰੇਮੀਆਂ ਲਈ ਸਮੇਂ ਸਮੇਂ ਤੇ ਉਪਰਾਲੇ ਕਰਦੇ ਰਹੇ ਹਨ। ਲੇਖਕ ਨੂੰ ਫੋਨ ਨੰਬਰ **98726-39936** ਰਾਹੀਂ ਅਤੇ ਇੰਸਟਾਗ੍ਰਾਮ ਤੋਂ **@bulbfictionclub** ਤੇ ਸੰਪਰਕ ਕੀਤਾ ਜਾ ਸਕਦਾ ਹੈ।

ਧੰਨਵਾਦ

ਪ੍ਰਥਮ ਨਮਸਕਾਰ ਅਕਾਲ ਪੁਰਖ ਨੂੰ।

ਦੂਜਾ ਮਾਤ ਪਿਤਾ ਔਰ ਗੁਰ ਨੂੰ।

ਤੀਜਾ ਨਾਨਕਿਆਂ ਦੇ ਘਰ ਨੂੰ।

ਚੌਥਾ ਜਿੰਦੜੀ ਚੰਡ ਸਫਰ ਨੂੰ।

ਜਿਸ ਨੇ ਅੱਧ ਮੋਆ ਕਰ ਸੁੱਟਿਆ।

ਵਾਕਣ ਪੇਂਜਾ ਰੂਹ (ਰੂੰ) ਨੂੰ ਕੁੱਟਿਆ।

ਹੁਣ ਮੈਂ ਸ਼ਾਇਰ ਬਣ ਬਣ ਦੱਸਾਂ।

ਅੰਦਰੋਂ ਰੋਵਾਂ, ਬਾਹਰੋਂ ਹੱਸਾਂ।

ਸ.ਦਲਬੀਰ ਸਿੰਘ ਸੋਹਲ ਜੀ ਨੂੰ ਕਿਤਾਬ ਦੀ proofreading ਲਈ ਬਹੁਤ ਬਹੁਤ ਧੰਨਵਾਦ।

ਭੂਮਿਕਾ

ਉਮਰ ਬੀਤਦਿਆਂ ਬੀਤਦਿਆਂ ਪਿਓ ਦੇ ਨਾ ਹੋਵਣ ਦਾ ਇਹਸਾਸ ਤੀਬਰ ਹੁੰਦਾ ਗਿਆ। ਤੇ ਆਪਣੇ ਉਰਾਂ ਪਰਾਂ ਠੇਕੇਦਾਰਾਂ ਦਾ ਇਹਸਾਸ ਵੀ, ਜੋ ਮੇਰੀ ਕਿਸੇ ਜਿੱਤ ਨੂੰ ਤਾਂ ਸਹੇਜ ਸਕਦੇ ਸਨ ਮਗਰ ਹਾਰ ਮੈਨੂੰ ਆਪ ਹੀ ਨਜਿੱਠਣੀ ਪੈਣੀ ਸੀ। ਮੈਂ ਕੁਝ ਵੀ ਲਿਖਣ ਦਾ ਚੋਰ ਸੀ। ਲਿਖਣ ਲੱਗਿਆਂ ਮੈਨੂੰ ਮੌਤ ਪੈਂਦੀ ਸੀ। ਸ਼ੁਰੂ ਸ਼ੁਰੂ ਵਿਚ essay ਲਿਖਣ ਦਾ ਸੁਆਦ ਮੈਨੂੰ ਆਪਣੀ ਮਾਤਾ ਜੀ ਵੱਲੋਂ ਕੁੱਟ ਕੁੱਟ ਕੇ ਪਾਇਆ ਗਿਆ। ਨਹੀਂ ਤਾਂ ਮੈਂ ਕੋਈ ਦੱਸ ਬਾਰਾਂ ਸਤਰਾਂ ਵਿਚ ਹੀ essay ਮੁਕਾ ਦੇਂਦਾ ਸੀ। ਭਾਜੀ (ਮੇਰੇ ਨਾਨਾ ਜੀ) ਅਤੇ ਅੱਬਾ (ਮੇਰੇ ਨਾਨਾ ਜੀ ਦੇ ਮਿੱਤਰ) ਨੇ ਕਹਾਣੀ ਤੇ ਕਵਿਤਾ ਨਾਲ ਮੇਰੀ ਪਹਿਲੀ ਪਹਿਲੀ ਮੁਲਾਕਾਤ ਕਰਵਾਈ। ਮੇਰੇ ਸਭ ਤੋਂ ਵੱਡੇ ਮਾਮਾ ਜੀ ਕੋਲ ਮੈਂ ਕਈ ਵਾਰ ਕਵਿਤਾ ਤਰਮੀਮ (ਸੁਧਾਰ) ਲਈ ਲੈ ਜਾਣੀ। ਅੰਗਰੇਜ਼ੀ, ਉਰਦੂ , ਪੰਜਾਬੀ ਲਈ ਇੱਕੋ ਜਿਹੀ ਸੰਵੇਦਨਾ ਰੱਖਦੇ ਸਨ ਉਹ। ਬਾਅਦ ਵਿਚ ਭਾਈ ਸਾਬ੍ਹ (ਅੱਬਾ ਦੇ ਪੁੱਤਰ) ਨਾਲ ਗਹਿਰੀ ਨੇੜਤਾ ਹੋ ਗਈ। ਕਈ ਸਾਲ ਮੇਰੀ ਸੋਚ ਤੇ ਸਾਹਿਤ ਦੇ ਰੁਝਾਨ ਨੂੰ ਭਾਈ ਸਾਬ ਨੇ ਦਿਸ਼ਾ ਦਿੱਤੀ। ਸੂਫ਼ੀ, ਗੁਰਮਤਿ ਅਤੇ ਆਧੁਨਿਕ ਕਾਵ ਨਾਲ ਮੁਹੱਬਤ ਹੋਈ। ਤੇ ਅੱਜ ਵੀ ਚੱਲ ਰਹੀ ਹੈ। ਵਰਤਿਕਾ (ਜੀਵਣ ਸਾਥੀ) ਦੇ ਉਤਸ਼ਾਹ ਤੇ ਕਿਸੇ ਵੇਲੇ ਦੀ ਲੁਕੀ ਹੋਈ ਉੱਭ ਸਮੇਤ। ਸੰਖੇਪ ਵਿਚ ਸਾਹਿਤ ਸਫ਼ਰ ਦਾ ਹਾਲ ਏਨਾ ਕੁ ਹੀ ਹੈ। ਸ਼ਾਇਦ।

ਵਹਿਸ਼ਤਨਾਮਾ

ਰੱਦੀ ਹੇਠੋਂ ਲੱਭੇ ਵਰਕੇ

ਸਬਰ 1

ਸੁਫ਼ਨਾ 2

ਹੱਤਿਆ 3

ਤਾਜ਼ੇ, ਗਿੱਲੇ ਜ਼ਖ਼ਮ 8

ਤੂੰ ਹੀ ਤੂੰ 11

ਹੱਥ ਦਿਓ ਮੇਰੇ ਹੱਥੀਂ 13

ਮੇਰੀ ਭੈਣ 15

ਮੋਰੀ ਕੰਢੇ ਬੂਟਾ 17

ਜਨਮ ਦਿਹਾੜਾ 24

ਨਿੱਕੀ ਰਚਨਾ 26

- ਜੀਭਾਂ ਕੱਢਣਾ 27
- ਨਵਾਂ ਸਾਲ 27
- ਸੋਹਣੇ ਗੀਤ 28
- ਹਰਫ਼ 29
- ਅੱਤਵਾਦੀ 30

ਮੈਂ ਤੇ ਹੰਝੂ 31

ਸੁੰਨ 32

ਆਤਮਾ ਦੀ ਅਗਨੀ 34

ਅੰਮੀ	36
ਨੱਚੇ ਨੀ ਮੇਰੇ ਗਲ ਲੱਗ ਹੱਸੇ	37
ਢੀਠ	39
ਸੁੱਕੇ ਪੱਤ	41
ਆਦਮੀ ਬੀਮਾਰ ਹੈ	44
ਯਾਦ	46
ਕਟਾਈ ਵਿਚ ਰੁੱਝੀ ਇਕੱਲੀ ਸੁਆਣੀ	48
ਬੰਦਿਸ਼ਾਂ ਦੀ ਜ਼ਿੰਦਗੀ	53
ਉੱਬੂ	55
ਰਾਤ	59
ਕੱਲ ਦੀ ਗੱਲ	60
ਸੰਪੂਰਣ ਦੀ ਤਾਂਘ	61
ਪਿਆਰ ਦੀ ਰੁੱਤ	62
ਸਿਰਜਣਾ	64
ਬਚਪਨ	64
ਮੇਰੇ ਹਿੱਸੇ ਦੀ ਓ ਮਾਂ	67
ਰੁਕਸਤੀ	71
ਬਸ ਰਹਿਣ ਦੇ ਮੈਨੂੰ	74
ਦਮ-ਘੋਟੂ	75
ਮੇਲ	79
ਪੰਜਾਬ ਨੂੰ ਅਸੀਸ	81

ਸਬਰ

ਕਿਸੇ ਹੋਰ ਨੂੰ ਮਿਲਣਗੇ ਤਸੀਹੇ ਕਦੇ,

ਏਸ ਸਬਰ ਦੇ ਨਾਲ ਮੇਰੀ ਪੀੜ ਘਟਦੀ ਨਹੀਂ।

ਆਪਣੀ ਨੀਝ, ਆਪਣੀ ਹਯਾਤੀ ਵਿੱਚ,

ਬਿਨ ਹੱਸਿਆਂ ਨਮੋਸ਼ੀ ਛੱਟਦੀ ਨਹੀਂ।

ਸ਼ਾਲਾ, ਹੱਸਦਾ, ਵੱਸਦਾ ਰੱਖ ਸਾਨੂੰ।

ਅਸੀਂ ਕਿਸੇ ਨੂੰ, ਕਿਸੇ ਵੇਲੇ ਕੀ ਕਹਿਣੈ?

ਦੇ ਜੀਣ ਜੋਗਾ, ਸੋਹਣਾ ਥੀਣ ਜੋਗਾ।

ਮਰਨ ਬਾਅਦ ਹਸਾਬਾਂ ਚੋਂ ਕੀ ਲੈਣੈ?

ਸੁਫ਼ਨਾ

ਕੱਲ ਮੈਨੂੰ ਇੱਕ ਸੁਫ਼ਨਾ ਆਇਆ।

ਆਪਣੇ ਹੀ ਕਮਰੇ ਦੇ ਬਾਹਰ,

ਰੋਂਦੇ ਲੋਕੀਂ ਵੇਖ ਮੈਂ ਭੱਜਿਆ,

ਆਪਣੀ ਲਾਸ਼ ਵੇਖ ਘਬਰਾਇਆ।

ਕੁੱਝ ਲੋਕੀਂ ਮੈਨੂੰ ਆ ਕੇ ਫੜਿਆ,

ਦੇਂਦੇ ਜਾਣ ਦਿਲਾਸਾ।

ਕੁੱਝ ਨੇ ਮੇਰੇ ਹਉਕੇ ਰੋਕੇ।

ਪਾਣੀ ਪੀਤਾ ਮਾਸਾ।

ਫੇਰ ਕੁੱਝ ਅੱਗੇ ਵਧ ਕੇ,

ਆਪਣੀ ਲਾਸ਼ ਮੈਂ ਆਪੇ ਢੱਕੀ।

ਨਾਲੇ ਸੂਤੀ ਰੱਸੀਆਂ ਲੈ ਕੇ,

ਚੌਹ ਤਰਫ਼ਾਂ ਤੋਂ ਕੱਸੀ।

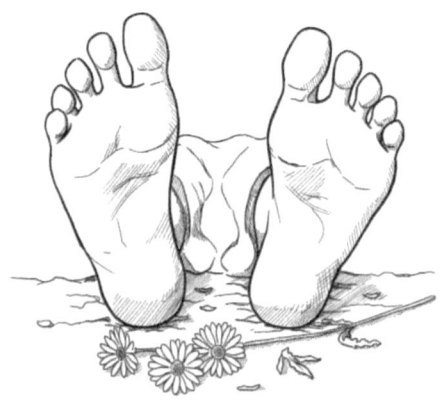

ਲਾਸ਼ ਨੂੰ ਹੰਝੂ ਹਾਰ ਪੁਆਏ,

ਨਾਲੇ ਫੱਟੇ ਪਾਇਆ।

ਆਪਣੀ ਲਾਸ਼ ਮੈਂ ਆਪੇ ਚੁੱਕੀ,

ਆਪੇ ਮੋਢੀਂ ਲਾਇਆ।

ਹੱਤਿਆ

ਮੈਂ ਸੱਚ ਕਹਿਣਾਂ ਹਾਂ ਮੇਰੇ ਦੋਸਤ।

ਤੂੰ ਮੇਰਾ ਜ਼ਖਮ ਜਦ ਛੋਹਿਆ।

ਉਣੀਂਦੀ ਪੀੜ ਮੁੜ ਜਾਗੀ।

ਮੈਂ ਸਾਰੀ ਰਾਤ ਭਰ ਰੋਯਾ।

ਤੇ ਮੈਨੂੰ ਵੀ,

ਜੜ੍ਹਾਂ ਤੋਂ ਕਟਣ ਦਾ ਸੀ,

ਬਹੁਤ ਦੁੱਖ ਹੋਇਆ।

ਮੇਰੇ ਹਮਦਰਦ,

ਤੂੰ ਤਾਂ ਜਾਣਦਾ ਹੈਂ,

ਜ਼ਖ਼ਮ ਅੱਲੇ ਸੀ।

ਤੇ ਅੱਲੇ ਜ਼ਖ਼ਮ ਨੂੰ ਛੋਹੀਆਂ,

ਬੜੀ ਹੀ ਪੀੜ ਹੁੰਦੀ ਏ।

ਮੇਰੇ ਜੁੱਸੇ ਨੂੰ ਜੀਕਣ,

ਸ਼ਿਹ ਕਿਸੇ ਨੇ,

ਪਾੜ ਦਿੱਤਾ ਸੀ।

ਸੁਲਗਦੀ ਸੀਖ ਲਾ ਕੇ,

ਜਿਉਂ ਕਿਸੇ ਨੇ,

ਸਾੜ ਦਿੱਤਾ ਸੀ।

ਮੇਰੇ ਨਿਰ ਪੀੜ ਜੀਵਣ ਦਾ,

ਜਯੋਂ ਸੁਫ਼ਨਾ,

ਮਾਰ ਦਿੱਤਾ ਸੀ।

ਮੇਰੇ ਹਮ-ਜ਼ੁਲਫ਼,

ਤੂੰ ਤਾਂ ਜਾਣਦਾ ਏਂ,

ਬੀਜ ਦੀ ਜੂਨੇ,

ਨਹੀਂ ਕੋਈ ਲਾਗ, ਡਾਂਟਾਂ,

ਨਾ ਕਿਸੇ ਪੱਤੇ ਦੀ ਛਾਂ ਹੋਵੇ।

ਵਡ਼ੇਰੀ ਉਮਰ ਦੇ ਬੂਟੇ ਨੂੰ,

ਪਰ ਜੇ ਤੋੜਨਾ ਚਾਹੋ,

ਓ ਨਿਰਸ਼ਬਦੀ ਕਿਸੇ ਬੋਲੀ ਚ,

ਚੀਕਾਂ ਮਾਰ ਕੇ ਰੋਵੇ।

ਕੇ ਮੈਨੂੰ ਰਹਿਮ ਕਰ ਕੇ ਨਾ ਮਰੋੜੋ,

ਕਹਿ ਰਿਹਾ ਹੋਵੇ।

ਮੇਰੇ ਹਮਰਾਜ਼, ਲੇਕਿਨ ਮੈਂ ਤੇ,

ਨਿਰਸ਼ਬਦੀ ਕਰੂੰਬਲ ਸਾਂ।

ਕੇ ਜਿਸਨੂੰ ਮਿੱਧ ਕੇ ਕੋਈ ਅਗੇਤੀਂ,

ਟੁਰ ਗਿਆ ਹੋਵੇ।

ਓ ਅੱਧੇ ਪਾਟ ਚੁੱਕੇ ਧੜ ਨੂੰ,

ਤੱਕ ਕੇ ਰੋ ਰਿਹਾ ਹੋਵੇ।

ਪਰਾਏ ਸ਼ਬਦ ਲੈ ਕੇ,

ਪੀੜ ਅਪਣੀ ਦਸ ਰਿਹਾ ਹੋਵੇ।

ਮੇਰੇ ਮਿੱਤਰ,

ਸਹੀ ਕਹਿੰਦਾ ਏਂ,

ਮੈਂ ਉਸ ਨਿਰਸ਼ਬਦੇ ਤਣੇ ਵੱਤ ਹਾਂ।

ਕੇ ਜਿਸਨੂੰ ਪੱਟ ਕੇ ਮਾਲੀ,

ਖੂੰਜੇ ਸੁੱਟ ਗਿਆ ਹੋਵੇ।

ਆਪਣੀ ਜੜ ਨੂੰ ਮਿਲਣਾ,

ਲਾਸ਼ ਮੇਰੀ ਲੁੜਛਦੀ ਹੋਵੇ।

ਤੇ ਮਾਲੀ ਅਗਲਾ ਬੂਟਾ ਲਾਉਣ ਦਾ,

ਹੁਣ ਸੋਚਦਾ ਹੋਵੇ।

ਤੇ ਮੈਂ ਵੀ ਹੁਣ,

ਉਸ ਨਿਰਸ਼ਬਦੇ ਪੜਾਅ ਤੇ,

ਆਉਣ ਪੁੱਜਿਆ ਹਾਂ।

ਮੈਂ ਆਪਣੀ ਪੀੜ ਦੀ ਉਮਰਾ ਨੂੰ,

ਜਿੱਦਾਂ ਭੋਗ ਚੁੱਕਿਆ ਹਾਂ।

ਮੈਂ ਅੱਖਾਂ ਨਾਲ ਮੁੱਕਦਾ,

ਇਹ ਤਮਾਸ਼ਾ ਵੇਖ ਚੁੱਕਿਆ ਹਾਂ।

ਮੈਂ ਆਪਣੀ ਪੀੜ,

ਸੰਤੋਖੀ ਮਰਗ ਤੋਂ ਵਾਰ ਚੁੱਕਿਆ ਹਾਂ।

ਸੋ ਇਸ ਵੇਲੇ,

ਮੈਨੂੰ ਕੁੱਝ ਵੀ ਹੁਣ ਮਹਿਸੂਸ ਨਈਂ ਹੁੰਦਾ।```

ਮੈਂ ਅਪਣੀ ਸ਼ਰਮ ਦੀ ਆਂਦਰ ਨੂੰ,

ਢਿੱਡੋਂ ਮਾਰ ਚੁੱਕਿਆ ਹਾਂ।

ਮਗਰ ਹਾਂ,

ਪੀੜ ਹੁੰਦੀ ਏ,

ਅਜੇ ਵੀ ਪੀੜ ਹੁੰਦੀ ਏ।

ਮੈਂ ਸੱਚ ਕਹਿਣਾਂ ਹਾਂ ਮੇਰੇ ਦੋਸਤ।

ਤੂੰ ਮੇਰਾ ਜ਼ਖਮ ਜਦ ਛੋਹਿਆ।

ਉਣੀਂਦੀ ਪੀੜ ਮੁੜ ਜਾਗੀ।

ਮੈਂ ਸਾਰੀ ਰਾਤ ਭਰ ਰੋਯਾ।

ਤਾਜ਼ੇ, ਗਿੱਲੇ ਜ਼ਖ਼ਮ

ਅੱਲੇ ਅੱਲੇ ਜ਼ਖਮਾਂ ਦੀ,

ਪੀੜ ਵੀ ਜਵਾਨ ਸੀ।

ਖ਼ੂਨ ਮੇਰਾ ਪੀਂਦੀਆਂ,

ਤੇ ਮੌਤ ਦਾ ਓ ਖ਼ਾਨ ਸੀ।

ਯਾਦਾਂ ਦੀ ਸੁਰਾਹੀ ਵਿੱਚੋਂ,

ਕੁੱਝ ਬੂੰਦਾਂ ਲਹੂ ਦੀਆਂ,

ਹੰਝੂਆਂ ਦੇ ਸਰ ਵਿੱਚ,

ਡੁੱਲਦੀਆਂ ਜਾਣ ਸੀ।

ਹੰਝੂਆਂ ਦੇ ਨੀਰ ਦਾ,

ਕੋਸਾ ਮੱਠਾ ਤਾਪ ਸੀ।

ਨੈਨ ਸਾਡੇ ਲਾਖੇ ਹੋਏ,

ਰੋਂਦੇ ਪਏ ਆਪ ਸੀ।

ਦੁੱਖਾਂ ਦਾ ਓ ਸੱਪ ਸਾਡਾ,

ਪਿੱਛਾ ਨਹੀਂ ਸੀ ਛੱਡਦਾ।

ਫਨ ਚੁੱਕ ਭੱਜਦਾ,

ਤੇ ਡੰਗ ਮਾਰ ਕੱਢਦਾ।

ਹਰਫ਼ਾਂ ਦੇ ਝੁੰਡ ਵਿੱਚ,

ਲੁੱਕਦਾ ਮੈਂ ਜਾਵਾਂ ਨੀ।

ਭੱਜਦਾ ਮੈਂ ਜ਼ਿੰਦਗੀ ਤੋਂ,

ਰੱਬ ਨੂੰ ਬੁਲਾਵਾਂ ਨੀ।

ਜਿਉਣਾ ਮੇਰੇ ਦੁੱਖਾਂ ਦੀ,

ਉਡੀਕ ਦਾ ਸਮਾਨ ਸੀ।

ਅੱਲੇ ਅੱਲੇ ਜ਼ਖਮਾਂ ਦੀ...।

ਹੌਕਿਆਂ ਦੀ ਕੋਕਲਾ,

ਬਨੇਰੇ ਸਾਡੇ ਬਹਿ ਗਈ।

ਰਾਤ ਦੀ ੳ ਚਾਨਣੀ,

ਤਰਸਦੀ ਹੀ ਰਹਿ ਗਈ।

ਲੇਖਕਾਂ ਦੀ ਕਿਸੇ ਕਲਮ,

ਦੁੱਖੜਾ ਨਾ ਲੀਕਿਆ।

ਭੌਰਾ ਸੀ ਜੋ ਗੀਤ ਗਾਂਦਾ,

ਪੀੜਾਂ ਨਾਲ ਚੀਕਿਆ।

ਫੁੱਲਾਂ ਦੀ ਓ ਪੱਤੀ ਸੀ,

ਕੰਡਾ ਕਿਦਾਂ ਹੋ ਗਈ।

ਤੜਕੇ ਦੀ ਕਿਰਨ ਸਾਡੇ,

ਜ਼ਖਮਾਂ ਨੂੰ ਟੋਹ ਗਈ।

ਜ਼ਖਮਾਂ ਚ ਕੱਲ ਦੀ,

ਓ ਦਰਦ ਰਵਾਨ ਸੀ।

ਅੱਲੇ ਅੱਲੇ ਜ਼ਖਮਾਂ ਦੀ,

ਪੀੜ ਵੀ ਜਵਾਨ ਸੀ।

ਖ਼ੂਨ ਮੇਰਾ ਪੀਂਦੀਆਂ,

ਤੇ ਮੌਤ ਦਾ ਓ ਖ਼ਾਨ ਸੀ।

ਤੂੰ ਹੀ ਤੂੰ

ਨਾ ਕੋਈ ਕਲੀ ਕੀਤੇ ਖਿੜ ਰਹੀ,
ਨਾ ਕੋਈ ਚਮਨ ਕੀਤੇ ਹੱਸ ਰਿਹੈ।
ਤੇਰੇ ਬੇਦਖ਼ਲ ਨਹੀਂ ਜਾਣਦੇ,
ਦੋ ਜਹਾਨ ਵਿੱਚ ਕੀ ਆਰਾਮ ਹੈ।

ਤੇਰੇ ਬਾਝ ਨਾ ਕੋਈ ਦਿਸ ਰਿਹੈ।
ਤੂੰ ਹੀ ਹਰ ਸਫ਼ਰ,
ਤੂੰ ਹੀ ਹਰ ਹਸ਼ਰ।
ਜੀਦੇ ਦਰ ਨਾ ਮੈਨੂੰ ਪਨਾਹ ਮਿਲੀ,
ਤੂੰ ਉਹ ਲਾ - ਸ਼ਰੀਕ - ਓ - ਮਕਾਮ ਹੈਂ।

ਹੈ ਤੇਰੀ ਨਜ਼ਰ ਹਰ ਜ਼ਾਤ ਤੇ,
ਹਰ ਦਿਨ ਨਵੀਂ,
ਹਰ ਰਾਤ ਤੇ।
ਤੇਰੇ ਬਾਝ ਕੁਝ ਨਹੀਂ ਮੁਸਤਕਿਲ।
ਤੂੰ ਉਹ ਹੌਸਲਾ - ਓ - ਤਮਾਮ ਹੈਂ।

ਤੇਰੇ ਹੱਥ ਹੈ ਮੇਰੀ ਆਰਜ਼ੂ,

ਕਦਮਾਂ ਚ ਮੇਰੀ ਆਬਰੂ।

ਮੈਂ ਹਾਂ ਮੁੰਤਜ਼ਿਰ ਤੇਰੀ ਆਸ ਵਿੱਚ,

ਕੇ ਤੂੰ ਹੀ ਪਨਾਹ - ੳ - ਅਵਾਮ ਹੈਂ।

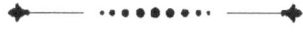

ਹੱਥ ਦਿਓ ਮੇਰੇ ਹੱਥੀਂ

ਪਾਗ਼ਲ,

ਭਰਮਾਇਆ ਏ ਦਿਲ ਹੈ।

ਕਿਤਨੀ ਭਾਰੀ ਏਦੀ ਭੁੱਲ ਹੈ।

ਏ ਆਬਾਂ ਦੇ ਕੰਢੇ ਉੱਤੇ,

ਰੇਤਾ ਨਾਲ ਬਣਾਉਣਾ ਚਾਹੁੰਦੈ,

ਇੱਕ ਜੋ ਬੰਗਲਾ ਇਸ ਨੂੰ ਭਾਵੇ।

ਹੱਥੀਂ ਚੰਨ ਖੜਾਉਣਾ ਚਾਹੁੰਦੈ।

ਅੱਤ ਦੀ ਪੈੜਾਂ ਟੂਰਦਾ ਰਾਹੀ,

ਇਸ ਸਾਹਿਲ ਤੋਂ, ਉਸ ਸਾਹਿਲ ਤਕ।

ਜ਼ਹਿਨੀ ਮਹਿਲ ਬਣਾਵਣ ਖਾਤਰ,

ਸਾਰੀ ਰੇਤ ਲਾਉਣਾ ਚਾਹੁੰਦੈ।

ਰੇਤਾ ਸਾਫ਼ ਕਰਾਵਣ ਬਾਝੋਂ,

ਅੰਤ ਦੇ ਹੀਲੇ ਕਰ ਕਰ ਥੱਕਦੈ।

ਆਪਣੀ ਬੰਤਰ ਦੇ ਚੌਗਿਰਦੇ,

ਗਿੱਠ ਗਿੱਠ ਰੇਤਾ ਥੱਪਣੀ ਚਾਹੁੰਦੈ।

ਪਰ ਤਦ ਏਸ ਮਸੂਮ ਜਹੇ ਨੂੰ,

ਤਿਲ ਤਿਲ ਰੇਤਾ ਥੁੱੜਦੀ ਜਾਵੇ।

ਪ੍ਰਭ ਜੀ, ਹੱਥ ਦਿਓ ਮੇਰੇ ਹੱਥੀਂ,

ਮੇਰੀ ਰੇਤਾ ਰੁੜ੍ਹਦੀ ਜਾਵੇ।

ਪ੍ਰਭ ਜੀ, ਹੱਥ ਦਿਓ ਮੇਰੇ ਹੱਥੀਂ,

ਮੇਰੀ ਰੇਤਾ ਰੁੜਦੀ ਜਾਵੇ।

ਮੇਰੀ ਭੈਣ

ਮੇਰੀ ਭੈਣ,

ਤੂੰ ਏਸ ਬੁੱਢੇ ਸਾਲ ਦੇ ਲਈ,

ਇੱਕ ਗਲਾਫ਼ ਬਣਾਵੀਂ।

ਤਾਂ ਜੋ ਇਸ ਇਤਿਹਾਸ ਦੇ ਬੂਹੇ,

ਤੂੰ ਦੋਸ਼ੀ ਨਾਂ ਠਹਿਰੇਂ।

ਇਸ ਨਵ ਜੰਮੇਂ ਸਾਲ ਦੇ ਲਈ,

ਤੂੰ ਰੱਜ ਰੱਜ ਪੁੰਨ ਕਮਾਵੀਂ।

ਤਾਂ ਜੋ ਇਸ ਪਰਕਾਸ਼ ਦੇ ਬੂਹੇ,

ਤੂੰ ਦੋਸ਼ੀ ਨਾ ਠਹਿਰੇਂ।

ਮੇਰੀ ਭੈਣ,

ਤੂੰ ਹਰ ਇਕ ਜੀਅ ਦੀ,

ਹਰ ਨੁੱਕਰ ਰੁਸ਼ਨਾਈਂ।

ਤਾਂ ਜੋ ਏਸ ਜਮਾਤ ਦੇ ਬੂਹੇ,

ਤੂੰ ਦੋਸ਼ੀ ਨਾ ਠਹਿਰੇਂ।

ਮੇਰੀ ਭੈਣ,

ਤੂੰ ਆਪਣੇ ਦਿਲ ਦੀ,

ਹਰ ਨੁੱਕਰ ਰੁਸ਼ਨਾਈਂ।

ਤਾਂ ਜੋ ਕਿਸੇ ਵਿਕਾਸ ਦੇ ਬੂਹੇ,

ਤੂੰ ਦੋਸ਼ੀ ਨਾ ਠਹਿਰੇਂ।

ਵਹਿਸ਼ਤਨਾਮਾ

ਮੋਰੀ ਕੰਢੇ ਬੂਟਾ

ਨਿੱਤ ਮੈਂ ਰਹਾਂ,

ਸਫ਼ਰ ਵਿੱਚ ਭੱਜਿਆ।

ਟੁੱਟਿਆ ਟੁੱਟਿਆ।

ਥੱਕਿਆ ਥੱਕਿਆ।

ਬੁੱਸੀ ਬੁੱਸੀ,

ਵਾਅ ਪਿਆ ਵਰਤਾਂ।

ਬੁੱਸੀ ਬੱਸੀ,

ਉਮਰ ਹੰਢਾਵਾਂ।

ਲੋਚਨ ਲੋਚਣ,

ਚਹਿਕ ਨਜ਼ਾਰੇ।

ਪਿੱਟਾਂ ਛਾਤੀ,

ਅੱਕਿਆ ਅੱਕਿਆ।

ਰੂਹ ਮੇਰੀ ਤੇ,

ਆਈ ਜਵਾਨੀ।

ਅਗਨ ਵਰੇਸੇ,

ਘੁੱਟਿਆ ਘੁੱਟਿਆ।

ਨਾ ਮਿਲੀਆਂ,

ਆਟੇ ਦੀਆਂ ਚਿੜੀਆਂ।

ਨਾ ਕੋਈ ਬਾਵਾ,

ਟੁੱਟਿਆ ਫੁੱਟਿਆ।

ਕੰਜਕ,

ਰੁੱਖੀ ਰੁੱਖੀ ਧਰਤੀ।

ਲੋਕ ਸਿਆੜਾ,

ਛਿੱਲ ਛਿੱਲ ਕੱਢਿਆ।

ਗਲਿਓਂ ਗਲੀ,

ਦਲਾਨੋਂ ਨਾਲੀ,

ਵਾਕਣ,

ਖਿੱਦੋ ਕੁੰਡੀ ਸੁੱਟਿਆ।

ਮੋਰੀ ਕੰਢੇ ਦਾ ਜਿਉਂ ਬੂਟਾ,

ਕਿਸੇ ਥੜ੍ਹੇ ਨਲ,

ਢੱਕਿਆ, ਢੱਕਿਆ।

ਸ਼ੁਕਰ ਰੱਬ ਦਾ,

ਹੋਸ਼ ਸੰਭਾਲੀ।

ਹਰਿਆ ਹਰਿਆ,

ਭਰਿਆ ਭਰਿਆ।

ਭਿੱਟਿਆ ਪਾਣੀ,

ਪੀ ਪੀ ਸਿੰਜਿਆ।

ਗਏ ਦਿਨੀਂ,

ਕੁਝ ਮਹਿਕਾਂ ਆਈਆਂ।

ਬੂਟਾ ਬੂਟਾ,

ਖਿੜਿਆ ਖਿੜਿਆ।

ਬੇਹੇ ਪੱਤ ਝੁਰੜੀਆਂ ਵਾਲਿਆਂ,

ਮੌਤ ਕੁਦੇਸਣ,

ਦਾ ਹੱਥ ਫੜਿਆ।

ਖ਼ੁਸ਼ੀਆਂ ਦੀ ਤਦ,

ਸੋਧ ਉਡਾਰੀ।

ਮੋਰੀ ਕੰਡਿਓਂ,

ਕੱਸ ਤਿਆਰੀ।

ਨੀਲ ਗਗਨ ਵੱਲ,

ਚਾ ਮੈਂ ਤੱਕਿਆ।

ਤੇ ਆਸਾਂ ਨੇ,

ਸਿਰੀ ਉਭਾਰੀ।

ਸੜਕਾਂ ਕੰਢੇ,

ਜਿਵੇਂ ਮਦਾਰੀ।

ਆਪਣੇ ਪੇਟ ਦੀ,

ਭੁੱਖ ਲੁਕਾਈ,

ਲੋਕਾਂ ਨੂੰ ਪਿਆ,

ਵਾਜਾਂ ਮਾਰੇ।

ਮੈਂ ਦੁਨੀਆਂ ਵੱਲ,

ਸ਼ਕਲ ਸੁਆਰੀ।

ਪਰ ਨਾ ਹਾਲੇ,

ਕੋਹ ਭਰ ਮੁੱਕਿਆ।

ਹਾਣ ਮੇਰੇ ਦੇ,

ਜ਼ਹਿਰੀ ਬੂਟਿਆਂ,

ਸਾਰਾ ਜ਼ਹਿਰ,

ਮੇਰੇ ਤੇ ਥੁੱਕਿਆ।

ਨੀਲਾ ਨੀਲਾ।

ਲਿੱਸਾ ਲਿੱਸਾ।

ਵਰ੍ਹਿਆਂ ਮਗਰੋਂ,

ਅੱਜ ਵੀ ਫਿੱਸਾ।

ਉਸੇ ਨਾਲੀ ਕੰਢੇ ਬੈਠਾਂ।

ਭੱਜਿਆ ਭੱਜਿਆ।

ਥੱਕਿਆ ਥੱਕਿਆ।

ਉਮਰ ਹੰਢਾ ਕੇ,

ਭਿੱਟਿਆ ਭਿੱਟਿਆ।

ਨਾ ਕੋਈ ਬਾਵਾ,

ਟੁੱਟਿਆ ਫੁੱਟਿਆ।

ਅਪਣੀ ਜੜ੍ਹ ਤੋਂ,

ਵੱਖਰਾ ਹੋਇਆ।

ਕਿਸੇ ਜਾਲ ਵਿੱਚ,

ਫੱਸਿਆ ਫੱਸਿਆ।

ਬਣਿਆ ਟੁੱਟਿਆ।

ਭਰਿਆ ਮੁੱਕਿਆ।

ਜਨਮ ਦਿਹਾੜਾ

ਤੁਰਦਾ ਜਾਵਾਂ।

ਤੁਰਦਾ ਜਾਵਾਂ।

ਨਾਲੇ ਟਿਪ ਟਿਪ ਨੀਰ ਵਹਾਵਾਂ।

ਲੋਕਾਂ ਦੇ ਹੰਝੂਆਂ ਨੂੰ ਫੋਲਾਂ।

ਖੋਟੇ ਖਰੇ ਦਾ ਤੋਲ ਕਰਾਵਾਂ।

ਮੇਰਾ ਹੀ ਪਰਛਾਵਾਂ ਮੈਥੋਂ,

ਅੱਗੇ ਅੱਗੇ ਟੁਰਦਾ ਜਾਵੇ।

ਜਯੋਂ ਕੋਈ ਅੱਗੇ ਟੁਰਦਾ ਹੋਇਆ,

ਠੋਕ ਠੋਕ ਕੇ ਟੱਲ ਵਜਾਵੇ।

ਸਿਰ ਮੇਰੇ ਵਿੱਚ,

ਸੁਰਖੀ ਧੂੜੇ।

ਗਲ ਮੇਰੇ ਵਿੱਚ,

ਹਾਰ ਫਸਾਵੇ।

ਬੂਹੇ ਦੇ ਵਿੱਚ ਰੱਖ ਕੇ ਮਿੱਟੀ।

ਸਭ ਨੇ ਪੈਰੀਂ ਹੱਥ ਛੁਹਾਇਆ।

ਜਯੋਂ ਆਖਣ ਪਏ,

ਤੇਰਾ ਹਿੱਸਾ,

ਲੈ, ਆਪਣੇ ਚੋ ਅੱਜ ਮੁਕਾਇਆ।

ਚਿੱਟਾ,

ਸਾਫ਼,

ਕਫ਼ਨ ਦਾ ਟੋਟਾ।

ਪਤਲਾ,

ਪਰ ਹੰਝੂਆਂ ਤੋਂ ਮੋਟਾ।

ਸਭਨਾਂ ਮੇਰੇ ਮੂੰਹ ਨੂੰ ਤੱਕਿਆ।

ਮੈਂ ਨਹੀਂ ਤੱਕਿਆ।

ਮੈਂ ਘਬਰਾਇਆ।

ਮੁੜਕੇ ਪਲਕ ਝਲਕ ਦੀ ਖੇਡਾਂ।

ਪੰਜ-ਭੂਤ ਦਾ ਪੁਤਲਾ ਏਡਾ।

ਜਯੋਂ ਕੋਸੇ,

ਸਾਦੇ ਪਾਣੀ ਵਿੱਚ,

ਫੱਕ ਲੂਣ ਦਾ ਜਾਏਂ ਘੁਲਾਯਾ।

ਤੇ ਮੁੜਕੇ ਨਾ ਜਾਏ ਲਭਾਯਾ।

ਘਰ ਮੁੜਿਆ ਹਾਂ,

ਫੂਕ ਮਸਾਣਾਂ।

ਹੁਣ ਮੈਂ ਕਿਹੜੇ ਪਾਸੇ ਜਾਵਾਂ?

ਹਾਥੀ ਗੇਟ ?

ਜਾਂ ਲੋਹਗੜ੍ਹ ਥਾਣੀਂ ?

ਨਾਲੇ ਟੂਟੀ ਰੋਜ਼ ਹੈ ਚੋਂਦੀ।

ਕਾਰੀਗਰ ਨੂੰ ਲੈਂਦਾ ਜਾਵਾਂ।

ਸ਼ਾਮੀਂ ਜਨਮ ਦਿਹਾੜਾ ਮੇਰਾ।

ਕਿੱਥੇ ਸਬ ਨੂੰ ਭੋਜ ਕਰਾਵਾਂ?

ਨਿੱਕੀ ਰਚਨਾ

ਜੀਭਾਂ ਕੱਢਣਾ

ਮਾਏਂ ਨੀਂ,

ਕਈ ਵਾਰੀਂ ਮੇਰਾ,

ਬਚਪਣ ਮੈਨੂੰ ਆ ਕੇ ਮਿਲਦੈ।

ਜੀਵਨ ਹਾਲ ਦੇ ਬਾਰੇ ਪੁੱਛਦੈ।

ਫਸੇ ਹਾਲ ਤੇ,

ਜੀਭਾਂ ਕੱਢਦੈ।

ਹਾਲ ਮੇਰੇ ਤੇ,

ਖਿੜ ਖਿੜ ਹੱਸਦੈ।

ਨਵਾਂ ਸਾਲ

ਤਾਰੀਖ਼ ਦੇ ਬਦਲਣ ਤੇ ਭਾਵੇਂ,

ਕੁੱਝ ਵੀ ਨਾ ਬਦਲੇ।

ਅਰਦਾਸ ਤੇਰੇ ਨਾਮ ਦੀ,

ਅੱਜ ਸ਼ਾਮ ਕਰ ਰਿਹਾਂ।

ਕੁੱਝ ਸਾਹ ਅਤੇ ਕੁੱਝ ਪਲ,

ਮੈਂ ਤੇਰੇ ਨਾਮ ਕਰ ਰਿਹਾਂ।

ਹੋਵੇ ਮੁਬਾਰਕ ਦੋਸਤਾ,

ਏ ਸਾਲ ਤੇਰੇ ਲਈ।

ਸੋਹਣੇ ਗੀਤ

ਹੈ ਕਿੰਨੇ ਸੋਹਣੇ ਪਏ ਲਗਦੇ,

ਗ਼ਮਾਂ ਦੇ ਗੀਤ ਏ ਕਾਲੇ।

ਗ਼ਮਾਂ ਦੇ ਹਰਫ਼ ਏ ਕਾਲੇ।

ਤੇ ਕਾਲੀ ਚਾਨਣੀ ਵਾਲੇ।

ਏਨਾਂ ਯਾਦਾਂ ਦੇ,

ਡੂੰਘੇ ਤਲ ਦੇ ਵਿੱਚ,

ਜਦ ਅਗਣ ਮੱਚਦੀ ਹੈ।

ਮੈਂ ਰੋਂਦਾਂ ਨਾਲ ਗੀਤਾਂ ਦੇ,

ਜੋ ਰੋਂਦੇ ਹੰਝੂਆਂ ਨਾਲੇ।

ਹਰਫ਼

ਕੁੱਝ ਲੋੜ ਨਈਂ,

ਚਮਕਾਵਣ ਦੀ।

ਲਿਸ਼ਕਾਵਣ ਦੀ।

ਰੁਸ਼ਨਾਵਣ ਦੀ।

ਏ ਹਰਫ਼ ਤਾਂ ਆਪੇ ਬੋਲਣਗੇ।

ਓ ਕੰਨ,

ਜੋ ਸੁਣਨਾ ਚਾਹਣ ਗੇ,

ਏ ਟੋਲਣਗੇ।

ਏ ਪੱਥਰਾਂ ਨੂੰ ਵੀ ਖੋਰਨ ਗੇ।

ਤੇ ਤਿੜਕੇ ਹੋਏ ਕੰਨਾਂ ਨੂੰ,

ਏ ਜੋੜਨ ਗੇ।

ਤੇ ਆਪਣੇ ਪਾਸੇ ਮੋੜਨ ਗੇ।

ਅੱਤਵਾਦੀ

ਏ ਬਰਬਾਦੀ ਦੇ ਅਫਸਰ ਨੇ।

ਏ ਕਿਸੇ ਧਰਮ ਦੇ ਬਾਤ ਨਈਂ।

ਏ ਅਪਣੀ ਭੁੱਖ ਵਿਚ ਰੁੱਝੇ ਨੇ,

ਰੱਬ ਵਾਲੀ ਏਨਾ ਦੀ ਜ਼ਾਤ ਨਈਂ।

ਮੈਂ ਤੇ ਹੰਝੂ

ਮੈਂ ਜੰਮਿਆ ਜਦ ਹੰਝੂ ਜੰਮੇ।

ਮੁੱਢੋਂ ਪੱਕੀਆਂ ਸਾਂਝਾਂ।

ਵਿੱਚ ਪੰਘੂੜੇ ਵੱਡੇ ਹੋਏ।

ਕੱਠਾ ਚੋਗ ਦੋਹਾਂ ਦਾ।

ਦਿਨ ਚੜ੍ਹਦੇ ਨੂੰ ਹੰਝੂ ਨ੍ਹਾਵਣ।

ਮੈਂ ਹੰਝੂਆਂ ਵਿੱਚ ਨ੍ਹਾਵਾਂ।

ਪਿੰਡਾ ਮਲ ਮਲ ਹੰਝੂ ਨਿੱਖਰੇ।

ਮੈਂ,

ਕਾਲਾ ਪੈਂਦਾ ਜਾਵਾਂ।

ਪਿੰਡਾ ਨ੍ਹਾ ਕੇ,

ਨਿੱਖਰ ਚਾ ਕੇ।

ਰੱਜਵਾਂ ਦਾਣਾ ਪਾਵਾਂ।

ਰੱਜੇ ਪੁੱਜੇ ਹੰਝ ਨੂੰ,

ਉਂਗਲ ਲਾ ਕੇ ਜੱਗ ਘੁਮਾਵਾਂ।

ਮੈਂ ਤੇ ਹੁੰਝੂ ਅੱਪੜ ਬਜ਼ਾਰੀਂ,

ਨੀਵੀਂ ਪਾ ਕੇ ਟੁਰੀਏ।

ਤਾਂ ਵੀ ਹੰਝ ਨਿਕਲਦੇ ਜਾਂਦੇ।

ਉਂਗਲ ਚਿੱਥਦਾ ਜਾਵਾਂ।

ਘਰ ਪਰਤਾਂ ਤੇ ਹੰਝੂ ਮੰਗਦੇ,

ਮੈਥੋਂ ਨਿੱਤ ਰਿਹਾਯੀ।

ਸਕਿਆਂ ਸਾਥ ਨਾ ਦਿੱਤਾ ਸਾਡਾ,

ਮੈਂ ਨਿੱਤ ਵੈਣਾਂ ਪਾਵਾਂ।

ਸੁੰਨ

ਬੀਤੇ ਪਲ ਹੀ ਸਾਂ ਮੈਂ ਬੈਠਾ,

ਖੋਲ ਕੇ ਆਪਣੀ ਕਿਤਾਬ।

ਹਰਫ਼ ਕੁਝ ਡੌਲੇ ਜਹੇ ਜਾਪੇ,

ਲਿਖਤ ਵੀ ਕੁਝ ਮਹੀਨ।

ਮੇਰੀਆਂ ਅੱਖਾਂ ਦੇ ਅੱਗੇ,

ਸੋਚ ਦੀ ਲੀਰਾਂ ਦੇ ਪੜਦੇ,

ਸਬ ਤਸੱਵੁਰ ਚਿੱਤਰ ਦਿੱਤੇ,

ਵਾਕਣਾ ਸਿਨਮਾ ਰੰਗੀਨ।

ਕਿੰਨੇ ਚਿਰ ਤਕਦਾ ਰਿਹਾ ਮੈਂ,

ਆਪਣੀ ਕੋਤਾਹੀਆਂ।

ਅਪਣਿਆਂ ਹੱਥਾਂ ਚੋਂ ਖੁੰਝਿਆਂ।

ਆਪਣੇ ਪੈਰਾਂ ਅਧੀਨ।

ਅੰਤ ਖਾਲੀਪਨ ਜੇਹਾ ਹੈ।

ਕੁਝ ਨਹੀਂ, ਬਸ ਚੁੱਪ ਹੈ।

ਇੱਕ ਕਮਜ਼ੋਰੀ ਜਹੀ ਹੈ।

ਚੁੱਭਦੀ ਹੋਈ ਧੁੱਪ ਹੈ।

ਠੰਡੇ ਠਾਰੇ ਲਫਜ਼ ਨੇ ਬਸ।

ਹੋਰ ਕੁਝ ਸੁਣਦਾ ਨਹੀਂ।

ਜੀਂਦਾ ਹਾਂ ?

ਜਾਂ ਮਰ ਗਿਆ ਹਾਂ ?

ਕੁਝ ਨਹੀਂ ਮੈਨੂੰ ਯਕੀਨ।

ਆਤਮਾ ਦੀ ਅਗਨੀ

ਨਿੱਕੀਆਂ ਨਿੱਕੀਆਂ ਗੱਲਾਂ ਸਾਥੀ,

ਹੋਣ ਹਜ਼ਾਰਾਂ ਭਾਵੇਂ।

ਕਦੇ ਨਾ ਦਿਲ ਨੂੰ ਦਾਗ ਲਗਾਈਏ,

ਪਰਦਾ ਪਾਈਏ ਨਾ।

ਅੱਖਰ ਆਖਣ ਸਭ ਕੁਝ ਭਾਵੇਂ,

ਫੇਰ ਵੀ ਹੋਵਣ ਗੂੰਗੇ।

ਹਰਫ਼ ਭੁਲਾ ਕੇ,

ਨੀਯਤ ਉੱਤੇ ਕੰਨ ਟਿਕਾਈਦਾ।

ਮੁਸ਼ਕਲ ਆਵੇ।

ਹੋਈਏ ਔਖੇ।

ਪਰ ਨਾ ਕਦੇ ਭੁਲਾਈਏ।

ਹਰ ਮੁਸ਼ਕਲ ਦੇ ਰਾਖੇ ਨੂੰ,

ਤਦ ਮਣੋਂ ਧਿਆਇਦਾ।

ਆਤਮ ਦੀ ਅਗਨੀ ਹੀ ਭਾਵੇਂ,

ਸਾੜ ਮੁਕਾਵੇ ਹਿਰਦਾ।

ਪਰ ਸੰਭਵ ਇਸ ਸੇਕੇ ਬਾਝੋਂ,

ਮਰ ਠਰ ਜਾਈਦਾ।

ਅੰਮੀ

ਅੰਮੀਏ ਤੂੰ ਹੈਂ ਸਾਂਝੀ ਖੂਹੀ,

ਪਿੰਡ ਮੇਰੇ ਦੀ ਸੱਥਰ ਲਾਗੇ।

ਪਿੰਡ ਮੇਰੇ ਦੇ ਜੰਮ ਪਲ ਸਾਰੇ,

ਤੇਰੇ ਓਹਲੇ ਚੁਗਦੇ ਹਾਸੇ।

ਚੌਂਕ, ਗ੍ਰਾਂ ਦੀ ਰੌਣਕ ਤੈਥੋਂ।

ਭਰਿਆ ਭਰਿਆ ਵੇਹੜਾ ਜਾਪੇ।

ਬੁੜ੍ਹੇ, ਸਿਆਣੇ ਧੁੱਪ ਹੰਢਾਵਣ,

ਤੇਰੇ ਬੋਹੜਾਂ ਦੇ ਭਰਵਾਸੇ।

ਪਿੰਡ ਦੀ ਸੁਬਕ ਧਿਆਣੀਆਂ, ਧੀਆਂ,

ਤੈਥੋਂ ਭਰਦੀਆਂ ਸਮਝ ਦੀ ਗਾਗਰ।

ਮੁੱਕੇ ਨਾ ਇਸ ਹਰਟ ਦਾ ਪਾਣੀ।

ਭਰ ਭਰ ਛੱਜਰਾਂ, ਹੋਵਣ ਪਾਸੇ।

ਨੱਚੋ ਨੀ ਮੇਰੇ ਗਲ ਲੱਗ ਹੱਸੋ

ਨੱਚੋ ਨੀ ਮੇਰੇ ਗਲ ਲੱਗ ਹੱਸੋ,

ਏ ਰੁੱਤਾਂ ਮੁੜ ਆਈਆਂ।

ਏ ਰੁੱਤ ਬਾਝੋਂ ਹੰਝੂ ਮੁੱਕ ਗਏ,

ਅੱਖਾਂ ਵੀ ਤਰਹਾਈਆਂ।

ਹਾਵਾਂ ਦੇ ਨਾਲ ਯਾਰੀ ਮੁੱਕ ਗਈ।

ਪੀੜਾਂ ਵਿਧਵਾ ਹੋਈਆਂ।

ਦਿਲ ਮੇਰੇ ਦੇ ਅੱਧਖੜ੍ਹ ਦੁੱਖ ਤੇ,

ਚੋਭਾਂ ਫੁੱਟ ਫੁੱਟ ਰੋਈਆਂ।

ਮੁੜ ਮੇਰੇ ਅੱਜ ਵੇਹੜੇ,

ਦਰਦਾਂ ਪੀਂਘਾਂ ਝੂਟਣ ਆਈਆਂ।

ਨੱਚੋ ਨੀ ਮੇਰੇ ਗਲ ਲੱਗ ਹੱਸੋ,

ਏ ਰੁੱਤਾਂ...।

ਮੋਈਆਂ ਦਰਦਾਂ ਕਬਰੋਂ ਉੱਠੀਆਂ।

ਗਾਵਣ,

ਕਿੱਕਲੀ ਪਾਵਣ।

ਇਸ ਰੁੱਤ ਵਾਰੀ ਅੰਤੋਂ ਨੱਪੀਆਂ,

ਵੈਣਾਂ ਵੀ ਮੁਸਕਾਵਾਣ।

ਕਈ ਦਿਨਾਂ ਦੇ ਫੁੱਲਾਂ ਦੇ ਵਤ,

ਆਸੜੀਆਂ ਮੁਰਝਾਈਆਂ।

ਨੱਚੋ ਨੀ ਮੇਰੇ ਗਲ ਲੱਗ ਹੱਸੋ,

ਏ ਰੁੱਤਾਂ...।

ਏ ਦੁੱਖਾਂ ਦੀ ਰੁੱਤ ਹੈ,

ਮੇਰੀ ਮੁੱਢੋਂ ਸੁੱਢੋਂ ਸਾਥਣ।

ਏ ਸੰਗ ਸੂਰਜ ਕਈ ਹੰਡਾਏ,

ਨਾਲ ਰਹੀ ਕਈ ਆਥਣ।

ਏਸੇ ਰੁੱਤ ਮੈਂ ਪੀੜ ਵਿਆਹੀ।

ਯਾਰੜਿਆਂ ਦਫਨਾਈਆਂ।

ਨੱਚੋ ਨੀ ਮੇਰੇ ਗਲ ਲੱਗ ਹੱਸੋ,

ਏ ਰੁੱਤਾਂ...।

ਢੀਠ

ਅੱਜ ਫੇਰ ਮੇਰੇ ਨੈਣਾਂ ਚੋਂ ਨਿੱਘਾ ਸੇਕ ਵਰ੍ਹਦਾ ਏ।

ਮੇਰੇ ਪਰਮਾਤਮਾ, ਤੈਨੂੰ ਪਿਆ ਕੋਈ,

ਯਾਦ ਕਰਦਾ ਏ।

ਹਜ਼ਾਰਾਂ ਹੰਝੂਆਂ ਦੇ ਤੋਤਲੇ ਸਾਗਰ ਜਹੇ ਵਿੱਚੋਂ,

ਇਹ ਡੁੱਬਦਾ ਕਾਫ਼ਿਲਾ ਸਦਰਾਂ ਦਾ,

ਬਿਰਹੋਂ ਘੁੱਟ ਭਰਦਾ ਏ।

ਕੇ ਰੱਬ ਜੀ, ਸਾਡਿਆਂ ਕਰਮਾਂ ਦੇ ਟੇਵੇ ਰੋਜ ਬਲਦੇ ਨੇ।

ਏ ਦਿਲ ਫੁੱਟਦੇ ਹੋਏ ਜ਼ਖਮਾਂ ਦਾ,

ਨਿੱਤ ਦੀਦਾਰ ਕਰਦਾ ਏ।

ਏ ਅੱਥਰੂ ਹਾਸਿਆਂ ਦੀ ਨਿੱਤ ਨਵੀਂ ਅਰਥੀ ਸਜਾਉਂਦੇ ਨੇ।

ਤੇ ਦਿਲ ਮੇਰਾ, ਮੇਰੀ ਹੀ ਮੌਤ ਉੱਤੇ,

ਸੋਗ ਕਰਦਾ ਏ।

ਮੇਰੇ ਰੱਬ ਜੀ,

ਫਿਰ ਵੀ ਜੀਣ ਦਾ ਚੇਟਕ ਨਹੀਂ ਮੁਕਦਾ।

ਭਵਾਂ ਦਰਦਾਂ ਦਾ ਮੇਲਾ,

ਰੋਜ਼ ਦਾ ਪੁਰਜ਼ੋਰ ਲਗਦਾ ਏ।

ਤੜਫਦੀ ਹੈ ਗੰਡੋਇਆਂ ਵਾਂਗ ਜਿੰਦੜੀ,

ਲੂਣੀ ਧਰਤੀ ਤੇ।

ਬੜਾ ਹੀ ਢੀਠ ਆਦਮ ਹੈ,

ਬਹੁਤ ਮੁਸ਼ਕਲ ਹੀ ਮਰਦਾ ਹੈ।

ਸੁੱਕੇ ਪੱਤ

ਸੁੱਕੇ ਮੇਰੇ ਪੱਤ ਰਸੀਲੇ।

ਚਿਰੋਕਣੀਂ ਹੁਣ ਪੈ ਗਏ ਪੀਲੇ।

ਜਿੱਦਾਂ ਵਸ਼ੀਕਰਨ ਵਿੱਚ ਕੀਲੇ।

ਨਾਂ ਮੇਰੇ ਨੂੰ ਧੂੜਾਂ ਦੇ ਵਿੱਚ ਰੋਲਦੇ।

ਮੈਂ ਗੀਤਾਂ ਨੂੰ ਪਾਣੀ ਲਾਵਾਂ।

ਲਿਖਤਾਂ ਨੂੰ ਮੈਂ ਖਾਦ ਸੁੰਘਾਵਆਂ।

ਰੋਟਾਂ ਸੁੱਖ ਦਰਾਂ ਤੇ ਆਵਾਂ,

ਮੁੜ ਨਾ ਚੰਦਰੇ ਹੌਕੇ ਲੈ ਲੈ ਬੋਲਦੇ।

ਚਿਰ ਹੋਇਆ ਮੇਰੀ ਲਿਖਤ ਸੁਹਾਗਣ,

ਤੱਤੇ, ਲੂਣੇ, ਹੰਝੂਆਂ ਵਾਕਣ,

ਪੀੜ ਹੈ ਜਿਸ ਦੀ ਮੁਢੋਂ ਸਾਥਣ,

ਹੱਥ ਲਾਵਾਂ,

ਪਰ ਤੱਕੇ ਜਯੋਂ ਨਾ ਜਾਣਦੀ।

ਸਾਰੇ ਪੱਜ ਮੈਂ ਕਰ ਕਰ ਹੁੱਟੀ।

ਹਿਜਰ ਤੇਰੇ ਦੀ ਚੂਰੀ ਕੁੱਟੀ।

ਹੰਝੂਆਂ ਦੇ ਨਾਲ ਅੰਦਰ ਸੁੱਟੀ।

ਹੁਣ ਲਗਦੈ ਕੁਝ ਸ਼ਬਦ ਜਹੇ ਨੇ ਆਂਵਦੇ।

ਕਿੱਡਾ ਸੁੱਖ ਹੈ ਦਰਦ ਚ ਤੇਰੇ।

ਕਵਿਤਾ ਨੱਚੇ ਚਾਰ ਚੁਫੇਰੇ।

ਰਚਨਾ ਨੂੰ ਦਰਦਾਂ ਦੀ ਖਿੱਚ ਹੈ।

ਵਿੱਚ ਸੰਤੋਖ ਦੇ ਜਿੱਦਾਂ ਮਰਦੀ ਜਾਂਵਦੀ।

ਆਦਮੀ ਬੀਮਾਰ ਹੈ

ਹਸਰਤਾਂ ਨੂੰ ਮਾਰ ਖਾਣਾ,
ਰੋਜ਼ ਦਾ ਰੁਜ਼ਗਾਰ ਹੈ।
ਧਰਤ ਅੱਜ ਬੇਜ਼ਾਰ ਹੈ,
ਤੇ ਆਦਮੀ ਬੀਮਾਰ ਹੈ।

ਜਦ ਕਦੇ ਹਸਰਤ ਪਨਪਦੀ,
ਵਾਕਣਾ ਧੀਆਂ ਹੈ ਪਲਦੀ।
ਪਲ ਕੇ ਮੁੜ,
ਵਸਲਾਂ ਨੂੰ ਲੱਭਦੀ।
ਵਸਲ ਏ ਦੁਸ਼ਵਾਰ ਹੈ।
ਤਾਂ ਆਦਮੀ ਬੀਮਾਰ ਹੈ।

ਹਸਰਤਾਂ ਲਈ ਭਾਲਦਾ ਵਰ,
ਏਸ ਸੱਚ ਤੋਂ ਹੋ ਕੇ ਮੁਨਕਰ,
ਖੁਦ ਹੀ ਉਸ ਨਾਲ ਪ੍ਰੀਤ ਪਾਵੇ।
ਕਿਤਨਾ ਹੋਛਾ ਪਿਆਰ ਹੈ।
ਤਾਂ ਆਦਮੀ ਬੀਮਾਰ ਹੈ।

ਜਯੋਂ ਕਿਸੇ ਧੀ ਦਾ ਰੰਡੇਪਾ,

ਬਾਪ ਨੂੰ ਕੱਟਣਾ ਹੈ ਪੈਂਦਾ,

ਹਸਰਤਾਂ ਦਾ ਦੁੱਖ ਵੰਡਾਉਣਾ,

ਬਸ਼ਰ ਦਾ ਏ ਕਾਰ ਹੈ।

ਤਾਂ ਆਦਮੀ ਬੀਮਾਰ ਹੈ।

ਇਸ ਲਈ,

ਜਦ ਤਕ ਮਰਨ ਨਾ,

ਹਸਰਤਾਂ ਤੇ ਖਵਾਹਿਸ਼ਾਂ।

ਚੈਨ ਆਵੇ ਆਦਮਾਂ ਦੀ,

ਜਿੰਦੜੀ ਨੂੰ ਕਿਸ ਤਰਾਂ ?

ਜੋ ਨਹੀਂ ਸੰਭਵ,

ਸੋ ਇਯੋਂ ਰਹਿੰਦਾ ਸਦਾ ਸੰਸਾਰ ਹੈ।

ਆਦਮੀ ਬੀਮਾਰ ਹੈ।

ਤਾਂ ਆਦਮੀ ਬੀਮਾਰ ਹੈ।

ਯਾਦ

ਯਾਦ ਤੇਰੀ ਹੁਣ ਸੱਜਣਾ ਰਹਿੰਦੀ,

ਜਯੋਂ ਕਲੀਆਂ ਵਿਚ ਸੂਲਾਂ।

ਛੱਡ ਹਯਾਤੀ ਅੱਗੇ ਤੁਰਿਯਾਏਂ।

ਸਾਡੇ ਨਾਲ ਕਲੋਲਾਂ?

ਮੱਘਦੀ ਰਹਿੰਦੀ ਯਾਦ ਦੀ ਲੱਕੜ।

ਨਾ ਭੱਖਦੀ।

ਨਾ ਬੁਝਦੀ।

ਖਾ ਗਈ ਬੂਹਾ।

ਉਮਰ।

ਕਿਤਾਬਾਂ।

ਖਾ ਗਈ ਕਾਸਾ ਝੋਲਾ।

ਕੋਟ ਜੁਗਾਂ ਤੋਂ ਬਲਦੀ ਜਾਪੇ,

ਅੰਤਰਘਟ ਵਿਚ ਮੇਰੇ।

ਭਰੇ ਸ਼ਹਿਰ ਵਿਚ ਕੱਲਮ ਕੱਲਾ,

ਮਾਤਮ ਚਾਰ ਚੁਫੇਰੇ।

ਮੁੱਕਿਆ ਸੈਂ,

ਤੇ ਸਾਨੂੰ ਵੀ ਫਿਰ,

ਨਾਲ ਮੁਕਾ ਲੈ ਜਾਸੋਂ।

ਸਾਥੋਂ ਨਹੀਂ ਨਜਿੱਠੇ ਜਾਂਦੇ,

ਤੁਧ ਬਿਨ ਝਗੜੇ ਝੇੜੇ।

ਕਟਾਈ ਵਿਚ ਰੁੱਝੀ ਇਕੱਲੀ ਸੁਆਣੀ

(Translation of Solitary Reaper - William Wordsworth)

Behold her.
Single in the field,
Yon solitary Highland Lass! Reaping and singing by herself;
Stop here,
or gently pass!
Alone she cuts and binds the grain,
And sings a melancholy strain;
O listen! for the Vale profound,
Is overflowing with the sound.

ਵੇਖੋ ਆਪੇ ਪੈਲੀ ਦੇ ਵਿਚ,

ਵਾਢੀ ਪਾਈ ਹੰਡਾਏ।

ਲੰਘਦੇ ਸੁਣਦੇ ਭਾਸ ਨਾ ਕੋਈ।

ਪਹਾੜਨ ਗਾਂਦੀ ਜਾਵੇ।

ਢੁੱਲਦੀ ਜਾਂਦੀ ਸਰਗਮ ਕੰਡਿਯੋਂ।

ਘਾਟੀ ਥੁੜਦੀ ਜਾਂਦੀ।

ਦਰਦੀਲੇ ਕੋਈ ਗੀਤ ਸੁਣਾਵੇ।

ਸਿੱਟੇ ਬੰਨਦੀ ਜਾਵੇ।

No Nightingale did ever chaunt,
More welcome notes to weary bands.
Of travellers in some shady haunt,
Among Arabian sands:
A voice so thrilling ne'er was heard
In spring-time from the Cuckoo-bird,
Breaking the silence of the seas
Among the farthest Hebrides.

ਨਾ ਬੁਲਬੁਲ ਨੇ ਗੀਤ ਏ ਗਾਯਾ,

ਕਾਫਲਿਆਂ ਦੀ ਦੇਹਰੀਂ।

ਜੋ ਅਰਬਾਂ ਦੀ ਰੇਤਾਂ ਅੰਦਰ,

ਵਹਿਸ਼ਤਨਾਮਾ

ਚੂਰ ਥਕੇਵਾਂ ਲਾਹੇ।

ਕੋਇਲ ਦੇ ਕੰਠੋਂ ਨਾ ਜੰਮੀ,

ਸਰਗੰਮ ਏ ਜਹੀ ਦੂਜੀ।

ਦੂਰ ਦਸੰਤਰ,

ਪਾਰ ਸਮੁਮੰਦਰ,

ਚੁੱਪ ਤੋੜ ਜੋ ਆਏ।

Will no one tell me what she sings?
Perhaps the plaintive numbers flow
For old, Unhappy, Far-off things,
And battles long ago:
Or is it some more humble lay,
Familiar matter of to-day?
Some natural sorrow, loss, or pain,
That has been, and may be again?

ਕੀ ਬੋਲੇ?

ਏ ਕੀ ਪਾਈ ਗਾਂਦੀ?

ਸ਼ਾਇਦ ਪਾਈ ਸੁਣਾਵੇ,

ਤਾਰੀਖ਼ਾਂ ਦਾ ?

ਜਾਂ ਹੋਈ ਕਿਸੇ ਜੰਗ ਦਾ ਸੋਗ ਮਨਾਵੇ ?

ਵਹਿਸ਼ਤਨਾਮਾ

ਜਾਂ ਏ ਨਿੱਤ ਦਾ ਰੌਲਾ ਰੱਪਾ ?

ਦਰਦ ਕਿਸੇ ਦੇ ਬਾਰੇ ?

ਜੋ ਕਲ ਹੋਈ।

ਅੱਜ ਲੰਘਾ ਕੇ,

ਭਲਕੇ ਮੁੜ ਹੋ ਜਾਵੇ ?

Whate'er the theme,
the Maiden sang
As if her song could have no ending;
I saw her singing at her work,
And o'er the sickle bending;
— I listened, motionless and still;
And, as I mounted up the hill,
The music in my heart I bore,
Long after it was heard no more.

ਪਰ ਭਾਵੇਂ ਕੁੱਝ ਵੀ ਹੈ ਗਾਂਦੀ,

ਅਨ-ਮੁੱਕਦਾ ਜੇਹਾ ਜਾਪੇ।

ਮੈਂ ਤੱਕਿਆ ਉਸ ਕਾਜ ਕਰੇਂਦੀ।

ਸਿੱਟੇ ਬੰਨ੍ਹਦੀ ਜਾਵੇ।

ਬੁੱਤ ਜੇਹਾ ਮੈਂ ਬਨ ਕੇ ਸੁਣਿਆ।

ਪਰਬਤ ਮੁੜ ਸਰ ਕੀਤਾ।

ਦਿਲ ਮੇਰਾ ਪਿਆ ਗੀਤ ਸੁਣੀਂਦੈ।

ਬਾਂਹਰੋਂ ਪਰ ਨਾ ਆਵੇ।

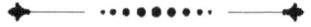

ਬੰਦਿਸ਼ਾਂ ਦੀ ਜ਼ਿੰਦਗੀ

ਜ਼ੁੰਮੇਵਾਰੀ ਦੇ ਰੱਸੇ ਨੂੰ,

ਤੋੜ ਕੇ ਮੈਂ ਉੱਡ ਜਾਵਾਂ।

ਦੂਰ ਦਸੰਤਰ,

ਪਰਬਤ ਬੇਲੇ,

ਇਕ ਅੱਧ ਸਾਹ ਲੈ ਆਵਾਂ।

ਸਾਹ ਜੋ ਇਕ ਜੂਨ ਵੱਤ ਜਾਪੇ,

ਮੈਂ ਤਾਂਘਾਂ ਨਾਲ ਹੰਢਾਵਾਂ।

ਰਹਿ ਰਹਿ ਹੱਸਾਂ ,

ਰਹਿ ਰਹਿ ਰੋਵਾਂ,

ਰਹਿ ਰਹਿ ਚੁੱਪ ਕਰ ਜਾਵਾਂ।

ਰਾਤੀ ਉਠਾਂ।

ਹੱਥ ਹੁਲਾਰੇ ਪਾ ਪਾ,

ਨਾਚ ਨਾਚਾਵਾਂ।

ਚੜਦਾ ਜਾਵਾਂ ਪੋਟਾ ਪੋਟਾ।

ਚੰਨ ਨੂੰ ਛੋਹ ਕੇ ਆਵਾਂ।

ਬਹਿ ਹਰਿਆਵਲ ਗੰਨੇ ਚਿੱਥਾਂ।

ਥਾਂ ਥਾਂ ਥੁੱਕਦਾ ਜਾਵਾਂ।

ਉੱਡਦੀਆਂ ਜਾਂਦੀਆਂ ਤਿਤਲੀਆਂ ਨੂੰ ਮੈਂ,

ਪੌਣਾਂ ਬਣ ਛੋਹ ਜਾਵਾਂ।

ਕੇਸਰ ਰੰਗੇ ਪਰ ਬਣ ਜਾਂਦੇ।

ਚਾਨਣ ਨਿੱਤ ਮੈਂ ਖਾਵਾਂ।

ਭੌਰਾ ਬਣ ਕੇ ਕਿਸੇ ਲਾਟ ਦੇ,

ਚਰਣੀਂ ਮੈਂ ਚੜ ਜਾਵਾਂ।

ਦਿਨ ਚੜਦੇ ਨੂੰ ਅੱਖਾਂ ਖੋਲਾਂ,

ਅੱਗੇ ਤੈਨੂੰ ਪਾਵਾਂ।

ਉਂਗਲ ਤੇਰੀ ਫੜ ਕੇ ਚਾਹਾਂ,

ਮੈਂ ਦੁਨੀਆਂ ਤਰ ਜਾਵਾਂ।

ਮੰਜਰ ਮੰਜਰ ਅੱਗੇ ਖੜ ਕੇ,

ਬਾਂਦਰ ਮੂਹ ਬਣਾਵਾਂ।

ਨਿੱਕੇ ਨਿੱਕੇ ਬਲਾਕ ਵਾਂਗੂ,

ਖਿੜਦਾ ਭੱਜਿਆ ਜਾਵਾਂ।

ਭੱਜਦਾ ਭੱਜਦਾ ਉੱਪਰ ਤੱਕਾਂ,

ਤੱਕਾਂ,

ਤੇ ਡਿੱਗ ਜਾਵਾਂ।

ਵਾਂਗ ਕਤੂਰਾ ਕੁਰਲਾਵਾਂ,

ਅਗਲੇ ਪਲ,

ਪੂਛ ਹਲਾਵਾਂ।

ਏ ਮੈਂ ਕੀ ਕੀ ਪਿਆ ਸੋਚਦਾਂ?

ਪਾਗਲ ਨਾ ਹੋ ਜਾਵਾਂ।

ਬੰਨ੍ਹੇ ਹੋਏ ਦਿਲ ਦੇ ਪੰਛੀ,

ਯਾਰੀ ਨਾਲ ਹਵਾਵਾਂ?

ਓਏ, ਬੰਨ੍ਹੇ ਹੋਏ ਦਿਲ ਦੇ ਪੰਛੀ,

ਯਾਰੀ ਨਾਲ ਹਵਾਵਾਂ?

ਉੱਥੂ

ਸੱਜਣਾ ਹੁਣ ਤਾਂ ਰੋਣ ਵੀ ਆਵੇ।

ਬੈਠ ਬਨੇਰੇ ਮੁੜ ਉੱਡ ਜਾਵੇ।

ਉੱਡ ਪੁੱਡ ਜਾਵਣ ਬਿਰਹਾ ਪੰਛੀ।

ਮੇਰੀ ਬਿਰਹਣ ਪਈ ਤਿਰਹਾਏ।

ਆਸ ਮੇਰੀ ਦੀ ਮਮਟੀ ਉੱਤੇ,

ਕਈ ਵਾਰੀਂ ਇਕ ਪੰਛੀ ਬੈਠੇ।

ਜਿਸਦੇ ਸੁੱਕੇ ਗਲਮੇ ਵਿੱਚੋਂ,

ਹੂਕਾਂ ਦੀ ਆਵਾਜ਼ ਪਈ ਆਵੇ।

ਪਰ ਮੈਂ ਜਦ ਵੀ ਹੱਥ ਵਧਾਵਾਂ,

ਉਹਦੇ ਸੰਗ ਮੈਂ ਰੋਣਾ ਚਾਹਵਾਂ,

ਜੀਭਾ ਮੇਰੀ ਸਾਥ ਨਾ ਦੇਂਦੀ।

ਪੰਛੀ ਮੁੜ ਵਤਣਾਂ ਨੂੰ ਜਾਵੇ।

ਮਿੱਤਰ ਹੁਣ ਤਾਂ ਉਮਰ ਹੈ ਖੁਰਦੀ।

ਬਿਨ ਰਚਨਾ ਦੇ ਵਿਧਵਾ ਰੁੱਤੀਂ।

ਮੈਥੋਂ ਮੇਰਾ ਹੰਝ ਨਾ ਖੋਹੋ।

ਸਾਈਆਂ ਜੀ ਮੁੜ ਪੀੜਾਂ ਛੋਹੋ।

ਮੇਰੀ ਰੂਹ ਦੀ ਗਲੀਆਂ ਵਿਚੋਂ,

ਮੈਨੂੰ ਪਿਆ ਹਨੇਰਾ ਖਾਵੇ।

ਮੈਨੂੰ ਪਲ ਪਲ ਪਿਆ ਗਲਾਵੇ।

ਸੰਘ ਮੇਰੇ ਨੂੰ ਫਾਹੇ ਪਾਵੇ।

ਮੈਨੂੰ ਏ ਪਿਆ ਰੋਜ਼ ਮੁਕਾਵੇ।

ਚੰਗਾ ਹੋਵੇ ਘੁੱਟਣ ਜਹੀ ਏ,

ਇਕ ਦਿਨ ਮੇਰੀ ਨੀਝ ਪੁਗਾਵੇ।

ਖ਼ਬਰੇ ਮੌਤ ਮੇਰੀ ਤੇ ਮੇਰੇ ਪ੍ਰਭ ਜੀ,

ਮੇਰੀ ਰਚਨਾ ਰੋਵਣ ਆਵੇ?

ਕਵਿਤਾ ਕੋਈ ਕਹੀ ਨਾ ਜਾਵੇ।

ਮੇਰਾ ਅੰਦਰ ਟੁੱਟਦਾ ਜਾਵੇ।

ਅੰਦਰ ਕੋਈ ਉੱਥੂ ਫਸਿਐ।

ਮੈਥੋਂ ਥੁੱਥ ਸਹੀ ਨਾ ਜਾਵੇ।

ਸਾਹ ਮੇਰਾ ਪਿਆ ਮੁੱਕਦਾ ਜਾਵੇ।

ਸਾਹ ਮੇਰਾ ਪਿਆ ਮੁੱਕਦਾ ਜਾਵੇ।

ਅੰਦਰ ਕੋਈ ਉੱਥੂ ਫਸਿਐ।

ਮੈਥੋਂ ਥੁੱਥ ਸਹੀ ਨਾ ਜਾਵੇ।

ਰਾਤ

ਮੈਨੂੰ ਸੱਜਣਾ ਰਾਤ ਦਾ ਸਤਿਕਾਰ ਹੈ।

ਰਾਤ ਦੇ ਬਿਨ ਜ਼ਿੰਦਗੀ ਦੁਸ਼ਵਾਰ ਹੈ।

ਰਾਤ ਹੀ ਹਰ ਰਿਸ਼ਮ ਦਾ ਸਿੰਗਾਰ ਹੈ।

ਰਾਤ ਛਿਜਕਾਂ ਤੇ ਸਿਆਹੀ ਡੋਲਦੀ।

ਸੋਗ ਮੱਤੀ ਨਾਰ ਟੂਮਾਂ ਟੋਲਦੀ।

ਰਾਤ ਦੀ ਗਾਰਬੋਂ ਹੈ ਸੱਧਰ ਜੰਮਦੀ।

ਰਾਤ ਦਾ ਹਰ ਆਸ ਤੇ ਅਧਿਕਾਰ ਹੈ।

ਰਾਤ ਨਾ ਹੋਏ ਤਾਂ ਤਾਰੇ ਕੀਕਣਾ?

ਰਾਤ ਨਾ ਮੋਏ ਤੇ ਪੋਹਾਂ ਫਿੱਕੀਆਂ।

ਓਸ ਪੈਂਦੀ ਰਾਤ ਜਦ ਰੋਵੇ ਕਦੀ।

ਰਿਸ਼ਮ ਛੂਠੀ, ਰਾਤ ਤਾਂ ਸਚਿਆਰ ਹੈ।

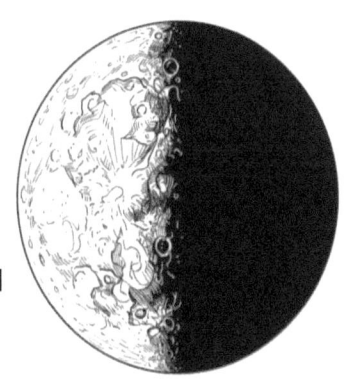

ਕੱਲ ਦੀ ਗੱਲ

ਇਹ ਤਾਂ ਸੱਜਣ ਕੱਲ ਦੀ ਗੱਲ ਹੈ।

ਕੱਲ ਦੇ ਦਿਨ ਤੂੰ ਕੋਲ ਖੜਾ ਸੀ।

ਕੱਲ ਹੀ ਮੇਰਾ ਬਚਪਨ ਮੇਰੇ,

ਲਾਗੇ ਲਾਗੇ ਖੇਡ ਰਿਹਾ ਸੀ।

ਕੱਲ ਹੀ ਸੋਹਲ ਮੁਸਕੜੀਆਂ ਵਿੱਚ,

ਟਿਮਕੰਨ ਅੱਥਰੂ ਮੱਚਦੇ ਸੀ।

ਕੱਲ ਹੀ ਗੰਦੇ, ਮੈਲੇ ਲੀੜੇ,

ਜੁੱਸੇ ਉੱਤੇ ਜੱਚਦੇ ਸੀ।

ਸੰਪੂਰਣ ਦੀ ਤਾਂਘ

ਖੁਰਦੀ ਖੁਰਦੀ ਧੁੱਪ ਕੁਆਰੀ।

ਧਰਤੀ ਛੋਹੀ, ਪਿਘਲੀ ਸਾਰੀ।

ਕਲੀਆਂ , ਬੂਟੇ ਨੀਂਦੋਂ ਉੱਠ ਕੇ,

ਮਿੱਠੀ, ਮੋਹਕ ਮਹਿਕ ਖਲਾਰੀ।

ਚਮ ਚਮ ਕਰਦੇ ਬੂਟੇ ਚਮਕਣ,

ਧਰਤੀ ਗਰਭਵਤੀ ਜਯੋਂ ਹੋਈ।

ਬੀਜਾਂ ਤੇ ਰਿਸ਼ਮਾਂ ਦਾ ਸੰਗਮ,

ਕਰੂੰਬਲਾਂ ਨੇ ਅੱਜ ਸਿਰੀ ਉਭਾਰੀ।

ਹਰੀਆਂ ਭਰੀਆਂ ਨਿੱਕੀਆਂ ਧੌਣਾਂ।

ਪੌਣਾਂ ਨੂੰ ਚਾ ਚੁੱਮਣ ਚਾਈਏ।

ਨਿੱਕੜੀ ਜਹੀ ਹੋਂਦ ਨੂੰ ਅਪਣੀ ,

ਸਾਕਾਂ ਰਾਹੀਂ ਹੋਰ ਵਧਾਈਏ।

ਅਕਸਰ ਏ ਦੁਨੀਆ ਵਿਚ ਹੋਵੇ।

ਅਮਲੋਂ ਹੀਣੇ ਅਸੀਂ ਲੋਕ ਵੀ,

ਸੰਪੂਰਣ ਸੰਗ ਮਿਲਣਾ ਚਾਹੀਏ,

ਤਾਂ ਜੋ ਸੰਪੂਰਣ ਕਹਿਲਾਈਏ।

ਪਰ ਨਾ ਸੰਭਵ ਏ ਬਿਨ ਅਮਲਾਂ,

ਤਾਂ ਹੀ ਦੁਨੀਆ ਵਿਚ ਰਹਾਈਏ।

ਆਪਣੀ ਉਮਰਾ ਭੋਗਨ ਪਿੱਛੋਂ,

ਸਾਰੇ ਬੂਟੇ ਹੀ ਖਿੰਡ ਜਾਈਏ।

ਤੇ ਫਿਰ ਬੀ ਦਾ ਰੂਪ ਵਟਾਈਏ।

ਪਿਆਰ ਦੀ ਰੁੱਤ

ਰੁੱਤ ਆਈ,

ਹੁਣ ਪਿਆਰ ਫਲੈਂਦਾ।

ਪੱਤਿਆਂ ਸੇ ਬੁਲ੍ਹ,

ਚੁੱਮ ਚੁੱਮ ਚੋਂਦਾ।

ਹੱਸਦਾ ਜੇ ਕਰ ਮਾਹੀ ਹੱਸੇ।

ਰੋਂਦਾ ਜੇ ਕਰ ਮਾਹੀ ਰੋਂਦਾ।

ਝਿੜਕੇ ਮਾਹੀ ਕੁੱਝ ਕੁੱਝ ਹੋਂਦਾ।

ਸੱਦੇ ਮਾਹੀ ਨੱਸ ਨੱਸ ਜਾਂਦਾ।

ਜੇ ਮਾਹੀ ਫੁੱਲ ਹੋਰ ਨੂੰ ਤੱਕੇ।

ਹੌਲ ਕਲੇਜੇ ਘਿਰ ਘਿਰ ਪੈਂਦਾ।

ਸਿਰਜਣਾ

ਚਿੱਟੇ,

ਸਾਫ ਸ਼ਫ਼ਾਫ਼ ਵਰਕੇ ਦੀ,

ਹਿੱਕ ਤੇ ਜਦ ਮੈਂ ਕਲਾਮ ਘਸਾਉਂਦਾਂ।

ਇਸ ਦੀ ਹਿੱਕ ਤੇ ਲਾਸਾਂ ਪਾਉਂਦਾਂ।

ਤਦ ਮੈਂ ਦਾਨਿਸ਼ਮੰਦ ਕਹਾਉਂਦਾਂ।

ਅੱਧੀ ਰਾਤ ਦੀ ਸੁੰਨ ਸਮਾਧ ਨੂੰ ,

ਜਦ ਮੈਂ ਮਾਰ ਮਾਰ ਕੇ ਖਾਂਦਾਂ।

ਤੇ ਉਸ ਨਾਲ ਵਿਭਚਾਰ ਕਮਾਉਂਦਾਂ।

ਤਦ ਕੁੱਜ ਪਾਪੀ ਹਰਫ਼ ਲਿਆਉਂਦਾਂ।

ਆਪਣੀ ਨਫਰਤ।

ਆਪਣੀ ਚਾਹਤ।

ਸਭ ਦੱਬੇ ਅਹਿਸਾਸਾਂ ਨੂੰ,

ਜਦ ਚੀਕਾਂ ਮਾਰ ਮਾਰ ਕੇ ਵੇਚਾਂ,

ਤਦ ਮੈਂ ਇਕ ਸ਼ਾਇਰ ਅਖਵਾਉਂਦਾਂ।

ਬਚਪਨ

ਭੱਜਦੇ ਭੱਜਦੇ ਮਿੱਟੀ ਰੁਲਦੇ,

ਭੁੰਜੇ ਹੀ ਬਹਿ ਜਾਣਾ।

ਖਿੱਲਰੇ ਝਾਟੇ।

ਬਾਣੇ ਮੈਲੇ।

ਮਿੱਟੀਓਂ ਸੱਪ ਬਣਾਉਣਾ।

ਫੇਰ ਕਿਸੇ ਦੀ ਅੱਖਾਂ ਦੇ ਵਿਚ ,

ਉੱਡ ਰੇਤਾ ਦਾ ਪੈਣਾ।

ਮਾਵਾਂ ਕੁੱਟ ਕੁੱਟ ਅੱਖਾਂ ਧੋਣੀਆਂ,

ਚੁੰਨੀਓਂ ਸੇਕ ਮਰੌਣਾ।

ਖੌਰੇ ਕਿੱਧਰ ਗਿਆ ਜ਼ਮਾਨਾ?

ਹਾਏ ਨੀ ਮਾਏ,

ਦਿਨ ਨਸ਼ੇਆਏ,

ਹੁਣ ਮੈਂ ਕਿੱਤ ਲਭਾਵਾਂ?

ਬੈਠ ਬਨੇਰੇ ਡਿੱਗਣਾ,

ਢੈਣਾ।

ਮੁੜ ਮੁੜ ਜਾ ਕੇ ਓਹਨੂੰ ਟੱਪਣਾ।

ਗੁੱਡੀਆਂ।

ਬਾਂਟੇ।

ਪਿੱਠੂ ਸੇਕਾ।

ਊਚ ਨੀਚ ਦੀ ਵਾਰੀ ਲਾਉਣਾ।

ਗੁੱਤਾਂ ਫੜ ਫੜ ਖਿੱਚਣਾ ਲੜਣਾ,

ਭੌਂ ਭੌਂ ਜਾ ਕੇ ਕੱਠੇ ਬਹਿਣਾ।

ਲਾ ਲਾ ਚੁਗਲੀ ਕੁੱਟ ਪੁਆਨੀ।

ਹੱਸ ਹੱਸ ਸਾਰੇ ਸ਼ਿਕਵੇ ਸਹਿਣਾ।

ਇਹ ਮੇਰੀ,

ਇਹ ਤੇਰੀ ਕਹਿਣਾ।

ਵੰਡ ਵੰਡਾ ਕੇ ਚੀਜਾਂ ਲੈਣਾ।

ਝਗੜੇ ਹੋਏ ਯਾਰ ਮੇਰੇ ਨੂੰ,

ਜੀਭਾਂ ਕੱਢ ਕੱਢ ਮੂੰਹ ਝਘਾਉਣਾ।

ਉੱਚੀ ਉੱਚੀ ਹਾਸੇ ਹੱਸਣਾ,

ਝੂਠਾ ਝੂਠਾ ਰੋਣਾ ਪਾਉਣਾ।

ਹੁਣ,

ਤਾਂ ਰੋਣ ਵੀ ਭਰ ਕੇ ਆਉਂਦੈ।

ਕੱਟੀ ਕਰ ਕੇ ਭੁੱਲ ਜਾਂਦੇ ਨੇ।

ਅੱਬਾ ਦੀ ਸੱਦ ਕੋਈ ਨਾ ਪਾਉਂਦੈ।

ਲੁੱਕਣ ਮੀਚੀ ਖੇਡਣ ਸਾਰੇ।

ਮੀਚੀ ਕੋਈ ਨਾ ਭੁਗਤਾਉਂਦੈ।

ਸਾਰੀ ਗਰਮੀ ਦੀ ਛੁੱਟੀਆਂ ਹੁਣ,

ਕਮਲਾ ਕੱਲਾ ਕੱਟਣਾ ਚਾਉਂਦੈ।

ਖੌਰੇ ਕਿੱਦਰ ਗਿਆ ਜ਼ਮਾਨਾ?

ਹਾਏ ਨੀ ਮਾਏ,

ਦਿਨ ਨਸ਼ੇਆਏ,

ਹੁਣ ਮੈਂ ਕਿੱਤ ਲਭਾਵਾਂ ?

ਮੇਰੇ ਹਿੱਸੇ ਦੀ ਓ ਮਾਂ

ਕਿਤ ਵਤ ਜਾਵਾਂ?

ਕਿਵੇਂ ਲਾਭਾਵਾਂ ?

ਮੇਰੇ ਹਿੱਸੇ ਦੀ ਓ ਮਾਂ।

ਇੱਕ ਇੱਕ ਆਦਮ ਜਾਤ ਪੁਛਾਵਾਂ,

ਮੇਰੇ ਹਿੱਸੇ ਦੀ ਓ ਮਾਂ ?

ਰੁੱਤ ਬਸੰਤੀਂ, ਮਹਿਲੀਂ ਵੱਸੇ।

ਬਾਬਲ ਸਾਕ ਰਚਾਇਆ ਵੇ।

ਮੇਰੀ ਮਾਂ ਦੀ ਧੁੱਪ ਦੇ ਅੱਗੇ,

ਹਰ ਵਿਹੜਾ ਸ਼ਰਮਾਇਆ ਵੇ।

ਪਰ ਮੇਰੇ ਬਾਬਲ,

ਮਹਿਕਾਂ ਰੁੱਤੇ,

ਅੱਗ ਦਾ ਸੇਕ ਹੰਢਾਇਆ ਵੇ।

ਤੇ ਮੁੜ ਘਰ ਨਾ ਆਇਆ ਵੇ।

ਲੋਕਾਂ ਦੀ ਨੀਤਾਂ ਨੇ ਚਿੱਥੀ।

ਮੇਰੇ ਹਿੱਸੇ ਦੀ ਓ ਮਾਂ।

ਫਿਰ ਇੱਕ ਰੁੱਤੇ ਖੇੜੇ ਉੱਗੇ,

ਮਾਤ ਮੇਰੀ ਦੇ ਵੇਹੜੇ।

ਮੁੱਕ ਜਾਵਣ ਗੇ ਪੁੱਤਰ ਸਦਕੇ,

ਸਾਰੇ ਝਗੜੇ ਝੇੜੇ।

ਪੁੱਤ ਕਪੁੱਤ੍ਰ ਨਿਕਲ ਜੇ ਆਵੇ,

ਢਾਡੀ ਪੀੜ ਕਲੇਜੇ।

ਪੁੱਤ ਕਪੁੱਤ ਦੀ ਪੀੜ ਅਵੱਲੀ,

ਜਿਸਨੂੰ ਸ਼ਬਦ ਨਾ ਮੇਚੇ।

ਦੁਨੀਆ ਖੁਰਚੇ।

ਪੁੱਤ ਨਾ ਪੁੱਛੇ।

ਰਾਤੋਂ ਦਿਵਸ ਹਨੇਰੇ।

ਪੁੱਤਰ ਦੇ ਦੁਖੜੇ ਨੇ ਛਿੱਲੀ।

ਮੇਰੇ ਹਿੱਸੇ ਦੀ ਓ ਮਾਂ।

ਰਾਤੋਂ ਕਾਲੇ ਵਾਲ ਮਾਈ ਦੇ,

ਹੋਏ ਚਿੱਤਰੇ ਮਿਤ੍ਰੇ ਨੀ।

ਇਹ ਰੁੱਸੇ ਤੇ ਓ ਨਾ ਰੁੱਸੇ,

ਵਿੱਚ ਰਹਿੰਦੀ ਇਹ ਫਿਕਰੇ ਨੀ।

ਵੀਰ ਓਹਦੇ ਦਾ ਛੱਪਰ ਨਿੱਕਾ।

ਪੀਓ ਦਾ ਛੱਪਰ ਬੁੱਢਾ।

ਨਾ ਇਸਦੀ।

ਨਾ ਉਸਦੀ ਛਾਵੇਂ।

ਧੁੱਪੇ ਹੰਝੂ ਕੇਰੇ ਨੀ।

ਕੰਤ ਮਰੇ,

ਤੇ ਮਰ ਜਾਏ ਨਾਰੀ।

ਉਸ ਬਿਨ ਜੂਨ ਨਾ ਕਾਈ।

ਅੱਧੀ ਮੋਈ ਪਿਓ ਮੇਰੇ ਸੰਗ।

ਮੇਰੇ ਹਿੱਸੇ ਦੀ ਓ ਮਾਂ।

ਰੁਕਸਤੀ

ਜੇ ਰੋਂਦਾ ਹੈ ਦਿਲ,

ਯਾਰ ਇਸ ਨੂੰ ਚੁੱਪ ਕਰਾਵੀਂ ਨਾ।

ਕੇ ਸ਼ਾਇਦ ਹੰਝੂਆਂ ਦੇ ਹੜ੍ਹ ਦੇ ਵਿੱਚ,

ਹਰ ਰੀਝ ਰੁੜ੍ਹ ਜਾਵੇ।

ਤੇ ਸ਼ਾਇਦ ਦੂਰ ਹੋ ਜਾਵੇ,

ਏ ਗ਼ਮ,

ਹਰ ਆਸ,

ਮਜਬੂਰੀ।

ਤੂੰ ਅਪਣੀ ਹਸਰਤਾਂ ਦੀ ਬੇੜੀਆਂ ਨੂੰ,

ਹੱਥ ਪਾਵੀਂ ਨਾਂ।

ਕੇ ਮੇਰੇ ਦਿਲ,

ਏ ਦੁਨੀਆ ਹੈ।

ਤੇ ਇਥੇ ਲੋਕ ਵੱਸਦੇ ਨੇ।

ਤੇ ਸ਼ਾਇਦ ਜ਼ਿਹਰੀਆਂ ਦੇ ਵਿੱਚ,

ਏ ਸੱਪਾਂ ਨੂੰ ਵੀ ਡੱਸਦੇ ਨੇ।

ਤੇ ਫਿਰ ਜਦ ਭੁੱਖ ਨਸ਼ਿਆਂ ਦੀ,

ਅਗਨ ਬਣ ਕੇ ਸਤਾਉਂਦੀ ਹੈ।

ਏ ਚਮੜੀ ਚੀਰ ਖਾਂਦੇ ਨੇ।

ਲਹੂ ਪੀ ਕੇ ਵੀ,

ਹੱਸਦੇ ਨੇ।

ਤੇ ਮੈਨੂੰ ਸੌਂਹ ਹੈ,

ਤੇਰੇ ਹੌਕਿਆਂ ਦੀ,

ਮੇਰੇ ਹੌਕੇ ਵੀ,

ਇਨ੍ਹਾਂ ਗਲੀਆਂ ਦੇ ਵਿਚ,

ਮਜਮਾ ਲਗਾ ਕੇ,

ਰੋਜ਼ ਨੱਚਦੇ ਨੇ।

ਏ ਲੋਕੀਂ ਉਚਿਆਂ ਥੜਿਆਂ ਤੇ,

ਬਹਿ ਕੇ ਵੇਖ ਲੈਂਦੇ ਨੇ।

ਤੇ ਦਿਨ ਚੜਦੇ ਨੂੰ,

ਸਾਡੇ ਦੁਖੜਿਆਂ ਤੇ,

ਹਾਸੇ ਹੱਸਦੇ ਨੇ।

ਤੂੰ ਨਾ ਸੱਦ ਰੀਝ ਨੂੰ ਏਥੇ,

ਕੇ ਉਸ ਦਾ ਮੁੱਲ ਨਈਂ ਪੈਣਾ।

ਤੂੰ ਅਪਣੀ ਆਸ ਨੂੰ ਡੁੱਬ ਲੈਣ ਦੇ,

ਹਸਰਤ ਵੀ ਮਰ ਜਾਵੇ।

ਏਨਾ ਨੂੰ ਟੋਰ ਵਾਕਣ ਲੜਕੀਆਂ,

ਤਾਂ ਜੋ ਭਲਾ ਹੋਵੇ।

ਇਨ੍ਹਾਂ ਸਬ ਪਿਆਰਿਆਂ ਦੀ ਮੌਤ ਨੂੰ,

ਤੂੰ ਦਿਲ ਤੇ ਲਾਵੀਂ ਨਾ।

ਜੇ ਰੋਂਦਾ ਹੈ ਦਿਲ,

ਯਾਰ ਇਸ ਨੂੰ ਚੁੱਪ ਕਰਾਵੀਂ ਨਾ।

ਜੇ ਰੋਂਦਾ ਹੈ ਦਿਲ,

ਯਾਰ ਇਸ ਨੂੰ ਚੁੱਪ ਕਰਾਵੀਂ ਨਾ।

ਬਸ ਰਹਿਣ ਦੇ ਮੈਨੂੰ

ਕੁੱਝ ਹੋਰ ਨਹੀਂ।

ਬਸ ਏ ਸਬ ਹੀ।

ਲਿੱਖ ਜਾਵਾਂਗਾ।

ਲੁੱਕ ਜਾਵਾਂਗਾ।

ਗੁੰਮ ਜਾਵਾਂਗਾ।

ਤੇ ਮੈਂ ਸ਼ਬਦਾਂ ਨੂੰ,

ਟੋਲਾਂਗਾ।

ਕੀ ਬੋਲਾਂਗਾ?

ਸੱਭ ਥਾਵਾਂ ਅਪਣੀ ਥਾਵਾਂ ਤੇ।

ਸੱਭ ਰੁੱਖੜੇ ਆਪਣੀ ਛਾਂਵਾਂ ਤੇ।

ਹੀ ਹੋਵਣਗੇ।

ਮੈਂ ਕਿਸ ਕਿਸ ਨੂੰ,

ਸਮਝਾਵਾਂਗਾ?

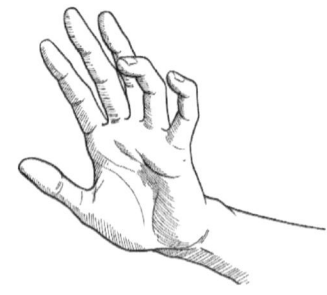

ਕਿ ਮੇਰੀਆਂ ਚੀਜ਼ਾਂ ਫੋਲ ਭਾਈ।

ਕੁੱਝ ਬੋਲ ਭਾਈ।

ਤੂੰ ਮੈਨੂੰ ਇਥੇ ਰਹਿਵਨ ਦੇ।

ਮੈਂ ਬਹੁਤਾ ਨਾ ਟੂਰ ਪਾਵਾਂਗਾ।

ਨਾ ਮੇਚ ਮੇਰੇ,

ਏ ਖੇਸ ਤੇਰੇ।

ਮੈਂ ਏਨਾਂ ਵਿਚ ਲੁੱਕ ਜਾਵਾਂਗਾ।

ਮੈਂ ਏਨਾ ਉੱਡਣਾ ਨਹੀਂ ਚਾਉਂਦਾ।

ਡਿੱਗ ਜਾਵਾਂਗਾ।

ਟੁੱਟ ਜਾਵਾਂਗਾ।

ਦਮ-ਘੋਟੂ

ਸਾਹ ਨਈਂ ਆਉਂਦਾ।

ਕੰਬਦਾ ਜਾਵਾਂ।

ਠਰਦਾ ਜਾਵਾਂ।

ਥੱਕਿਆ ਥੱਕਿਆ।

ਹਾਰ ਗਿਆ ਜਯੋਂ।

ਤੇਰੇ ਬਾਝੋਂ।

ਸਾਰ ਨਹੀਂ,

ਜਿਸ ਕਵਿਤਾ ਦਾ।

ਕੋਈ ਆਰ ਨਹੀਂ।

ਕੋਈ ਪਾਰ ਨਹੀਂ।

ਜਿਸ ਸਰਵਰ ਦਾ।

ਜਿਉਂ ਕੂੰਜ ਕਿਸੇ ਦੀ,

ਡਾਰ ਨਹੀਂ।

ਜਯੋਂ ਸਦੀਆਂ ਹੋਈਆਂ,

ਨਾਲ ਦੇ ਪੰਛੀ,

ਛੱਡ ਗਏ,

ਜਯੋਂ ਓਨੂੰ,

ਮਨੋਂ ਵਿਸਾਰ ਗਏ।

ਕਿਸੇ ਨੀਲੇ ਤਲ ਦੇ,

ਅਗਮ ਖੇਸ ਦਾ,

ਨਿੱਕਾ ਜੇਹਾ ਲਿਹਾਫ਼ ਹਾਂ ਮੈਂ।

ਤੂੰਬਿਆ ਹੋਇਆ,

ਸਾਹਾਂ ਦੇ ਨਲ।

ਚੱਦਰ ਹਾਂ,

ਕਿਸੇ ਜੋਗੀ ਦੀ।

ਮੇਰੇ ਕਈ ਥਾਂ ਕੀੜਾ ਲੱਗਾ।

ਮੇਰੀ ਕੰਨੀ,

ਪਾਟੀ ਪਾਟੀ।

ਕੋਈ ਨਿਹ ਨਹੀਂ।

ਕੁੱਝ ਠੀਕ ਨਹੀਂ।

ਇਸ ਪਲ ਵਿਚ ਕੋਈ ਉਡੀਕ ਨਹੀਂ।

ਮੇਰੀ ਹੱਡੀਆਂ ਕੁੰਗੜਨ ਲੱਗੀਆਂ ਨੇ।

ਮੇਰੀ ਉਂਗਲਾਂ ਸੁੱਜਣ ਲੱਗੀਆਂ ਨੇ।

ਮੇਰੇ ਜੁੱਸੇ ਏਸ ਮਾਰੂਥਲ ਵਿੱਚ,

ਮੇਰੇ ਲਹੂ ਦੀ ਚੁਲੀਆਂ ਥੁੱਕਿਆਂ ਨੇ।

ਏ ਕਹਿੰਦੈ,

ਮੈਨੂੰ ਲੋੜ ਨਹੀਂ ਹੁਣ ਜੀਵਣ ਦੀ।

ਹੁਣ ਥੀਵਣ ਦੀ,

ਕੁੱਝ ਚਾਟ ਨਹੀਂ।

ਹੁਣ ਕੁੱਝ ਨਾਂ ਤੱਕਣਾਂ ਚਾਹੁੰਦਾਂ ਮੈਂ।

ਬਸ ਦਿਲ ਮੇਰਾ,

ਘਬਰਾਉਂਦਾ ਏ।

ਜਗ ਨਹੀਂ ਮੰਨਦਾ।

ਮੈਂ ਨਈਂ ਚਾਉਂਦਾ।

ਕੀ ਕਰਨਾ ਨਿਰਮੋਹਿਆਂ ਨੂੰ?

ਪਏ ਸਾਂਭੇ ਏਨਾ ਜਗੀਰਾਂ ਨੂੰ।

ਜਿਸ ਪਿੱਛੇ ਉਮਰਾਂ ਖੁਆਰ ਹੋਈ।

ਮੈਂ ਸੌਣਾ ਚਾਹੁੰਦਾਂ।

ਨੀਂਦ ਪਈ ਆਵੇ।

ਸੌਂਦਾ ਜਾਵਾਂ।

ਰੁੱਕਦਾ ਜਾਵਾਂ।

ਮੁੱਕਦਾ ਜਾਵਾਂ।

ਮੁੱਕਦਾ ਜਾਵਾਂ।

ਮੋਲ

(ਅਪਣੀ ਵਿਦਿਆਰਥਣਾਂ ਦੇ ਨਾਂ)

ਚਾਰ ਕਦਮ ਜੋ ਨਾਲ ਤੇਰੇ ਮੈਂ ਚਲਦਾ ਸੀ।

ਧੁੱਪ ਤੇਰੀ ਤੋਂ ਅਪਣਾ ਸੂਰਜ ਭਰਦਾ ਸੀ।

ਚਾਰ ਕਦਮ ਦੇ ਬਾਅਦ ਦਾ ਪੈਂਡਾ ਔਖਾ ਸੀ।

ਉਸ ਪੈਂਡੇ ਲਈ ਕੱਸ ਤਿਆਰੀ ਕਰਦਾ ਸੀ।

ਸਾਥ ਮੇਰੇ ਦਾ ਵਾਪਸ ਮੈਨੂੰ ਮੋਲ ਦਿਓ।

ਆਪਣੀ ਸਾਰੀ ਧੁੱਪ ਨੂੰ ਜੱਗ ਤੇ ਡੋਲ ਦਿਓ।

ਪੰਜਾਬ ਨੂੰ ਅਸੀਸ

(ਬੇਟੇ ਦੱਕਸ਼ ਦੇ ਸਕੂਲੇ, ਕੋਰੋਨਾ ਦੌਰਾਣ, ਇਕ ਸਮਾਗਮ ਲਈ)

ਸਵੱਛ ਮੁਹੱਲਾ।

ਬਖਸ਼ੇ ਰੱਬ।

ਤੇ ਰਾਜ਼ੀ ਅੱਲਾ।

ਕੱਲਾ ਕੱਲਾ,

ਕਰੇ ਜੇ ਕੋਸ਼ਿਸ਼,

ਸੁਧਰੇਗਾ ਘਰ,

ਕੱਲਾ ਕੱਲਾ।

ਰਲ ਕੇ ਸਾਰੇ,

ਹੋਈਏ ਤਕੜੇ।

ਹਾਰ ਜਾਏਗਾ,

ਹੋਏ ਕਰੋਨਾ,

ਜਾਂ ਬੀਮਾਰੀ,

ਵਹਿਸ਼ਤਨਾਮਾ

ਕੋਈ ਮਹਾਮਾਰੀ।

ਨਿੱਕੀ ਮੋਟੀ,

ਕੋਈ ਲਚਾਰੀ।

ਸਿਹਤ ਦੀ,

ਤੰਦਰੁਸਤ ਸੋਚ ਦੀ,

ਨੀਂਹ ਪਵੇਗੀ।

ਸੁੱਤੇ ਏਸ ਪੰਜਾਬ ਦੀ ਝੋਲੀ,

ਮੁੜਕੇ ਕੋਈ ਅਸੀਸ ਪਵੇਗੀ।

www.ingramcontent.com/pod-product-compliance
Lightning Source LLC
LaVergne TN
LVHW041540070526
838199LV00046B/1753
9789370180727